APERÇU DE L'HISTOIRE DU VIETNAM

TOME I

DEPUIS LA FONDATION DU PAYS PAR L'ANCÊTRE NATIONAL HÙNG VƯƠNG
JUSQU'À L'UNIFICATION DU VIETNAM PAR LE ROI GIA LONG

VIỆT SỬ ĐẠI CƯƠNG

TẬP I

TỪ QUỐC TỔ HÙNG VƯƠNG DỰNG NƯỚC
ĐẾN VUA GIA LONG THỐNG NHẤT VIỆT NAM

APERÇU DE L'HISTOIRE DU VIETNAM

TOME 1

VIỆT SỬ ĐẠI CƯƠNG

TẬP I

VIỆT SỬ ĐẠI CƯƠNG
Tập I

Chủ biên:
Hoàng Cơ Định

Nhóm biên soạn:
Hoàng Cơ Định, Đào Việt Sơn, Nguyễn Văn Sâm,Hoàng Trương, Hồ Thanh Thái, Phạm Huy Cường, Nguyễn Vũ Bình, Bửu Uy, Lê Huy Vũ, Vivian Thạch và các cộng sự.

Biên tập:
Hoàng Trương
Bìa: Nguyễn Linh Chi
Trình bày: Trần Thị Bích Trâm

Xuất bản lần thứ nhất tại Hoa Kỳ, 2018
ISBN: 978-1717254597
Copyright © 2018 Hoang Co Dinh. All rights reserved.

Thư từ liên lạc gửi về:

Lê Hạnh
2152 Lyons Dr., San Jose, CA 95116
email: hanhhonglt71@gmail.com

APERÇU DE L'HISTOIRE DU VIETNAM - Tome I

Rédacteur général :
Hoàng Cơ Định

Comité de rédaction :
Hoàng Cơ Định, Đào Việt Sơn, Nguyễn Văn Sâm,Hoàng Trương, Hồ Thanh Thái, Phạm Huy Cường, Nguyễn Vũ Bình, Bửu Uy, Lê Huy Vũ, Vivian Thạch et collaborateurs

Editorialiste :
Hoàng Trương
Couverture : Nguyễn Linh Chi
Présentation : Trần Thị Bích Trâm

Edité la première fois aux Etats Unis. 2018
ISBN : 978-1717254597
Droits d'auteur © 2018 Hoang Co Dinh. Tous droits réservés.

Prière d'adresser toute communication relative à la rédaction à :

Lê Hạnh
2152 Lyons Dr., San Jose, CA 95116
email: hanhhonglt71@gmail.com

MỤC LỤC

TABLE DES MATIÈRES

LỜI NÓI ĐẦU
PRÉFACE

Người Việt Nam cần phải biết lịch sử nước Việt. Có hiểu được những khó khăn dựng nước và giữ nước của biết bao thế hệ trước, người Việt mới có niềm tự tin và ý thức được bổn phận phải gìn giữ non sông do cha ông để lại. Tuy nhiên, vì không phải ai cũng có đủ thời giờ, công sức để tìm đọc các sách in hay tài liệu chi tiết về Việt sử, nên chúng ta cần một cuốn sử giản lược, gồm những sự kiện căn bản dễ đọc, dễ nhớ cho mọi người.

Cuốn Việt Sử Đại Cương độc giả đang có trong tay, ghi lại sự việc từ thời lập quốc, tới những năm đầu của thế kỷ 21, nhằm mục tiêu nêu

Les Vietnamiens doivent connaître l'histoire du Vietnam. Ce n'est qu'après avoir compris les difficultés de la fondation et de la préservation du pays par de nombreuses générations antérieures que les vietnamiens auront confiance en eux et prendront conscience de leur devoir de préserver la patrie héritée de leurs ancêtres. Cependant, comme tout le monde n'a pas suffisamment le temps ou n'est pas disposé à fournir des efforts pour lire des livres ou des documents détaillés sur l'histoire vietnamienne, nous avons besoin d'un livre simple, facile à lire, qui reprend les faits essentiels, facilement mémorisables par tous.

trên và hướng đến hai đối tượng chính:

Những người Việt hiện sống xa quê hương, biết về Việt sử qua các chuyện kể của cha ông, hoặc những tài liệu viết với lối nhìn và chủ đích khác nhau của các tác giả ngoại quốc.

Những người Việt sinh trưởng trên quê hương Việt Nam, nhưng phải hấp thụ một nền giáo dục trong đó Việt sử đã bị bóp méo, gò ép và nhào nặn theo nhãn quan nhằm phục vụ cho mục đích giữ quyền cai trị đất nước của đảng Cộng Sản Việt Nam.

Ngoài ra, vì lịch sử phải làm sao chỉ bao gồm những chuyện có thật trong quá khứ, tập Việt Sử Đại Cương sẽ không chép lại các giai thoại huyền sử, cũng như những truyền thuyết huyễn hoặc được truyền tụng trong dân gian vì nhiều phần đó chỉ là những điều trong trí tưởng tượng của con người. Chưa kể, những điều huyễn hoặc này, còn có thể là những chuyện hư cấu với dụng tâm phục vụ cho những triều đại cầm quyền trong quá khứ. Đặc biệt là trong thời gian nước ta bị đô hộ bởi Nước Tàu trong hơn 1.000 năm Bắc thuộc.

Vì tính chất phổ thông, sách này chỉ ghi lại những sự kiện chính yếu và các bước ngoặt của lịch sử mà không đi sâu vào chi tiết, giải thích từng sự kiện. Do đó, đây không phải là tài liệu

Le document APERÇU DE L'HISTOIRE DU VIETNAM que le lecteur a en main, reprend les événements depuis la fondation de la nation jusqu'aux premières années du 21ème siècle. Il vise le but mentionné ci-dessus et s'adresse à deux catégories de personnes :

Les Vietnamiens qui vivent actuellement loin de leur pays d'origine et qui ne connaissent l'histoire vietnamienne que par les récits de leurs parents ou des documents écrits par des auteurs étrangers, avec des points de vue et des objectifs divers.

Les Vietnamiens qui sont nés et grandissent au Vietnam mais ont dû subir un enseignement dans lequell'histoire de Vietnam a été déformée, contrainte et modelée dans le but de servir le parti communiste vietnamien au pouvoir.

Par ailleurs, parce que l'histoire ne doit comprendre que des réalités du passé, l'APERÇU DE L'HISTOIRE DU VIETNAM ne reprend pas les légendes historiques ainsi que les légendes populaires fantaisistes. Elles ne proviennent probablement que de l'imagination humaine ou sont des inventions dans le but de servir les détenteurs du pouvoir du passé, surtout durant la période de plus de 1.000 ans de domination chinoise.

En raison de son caractère général, le document ne reprend que les faits essentiels et les tournants importants de l'histoire sans approfondir la description, l'explication des événements. Par conséquent,ce livre

tham khảo để biết rộng hơn về Việt sử, hay dùng để đánh giá các tài liệu lịch sử khác. Nhưng sách là tài liệu giúp bất cứ ai đọc sẽ có được cái nhìn khái quát, cơ bản và quan trọng hơn cả là: Nhớ được lịch sử Việt Nam.

Cuốn Việt Sử Đại Cương được thực hiện do sự góp sức của nhiều thân hữu, mà tiêu chuẩn chung là cùng thiết tha với cội nguồn và tương lai của dân tộc. Trong nhóm thực hiện, tôi xin gửi lời cám ơn đặc biệt tới bà Hồ Thanh Thái và ông Hoàng Trương, nếu không có những nỗ lực bền bỉ của quý bạn, cuốn sách sẽ không hoàn tất được như ước muốn.

Thay mặt nhóm thực hiện, chúng tôi cũng xin có lời cáo lỗi cùng quý vị tác giả mà chúng tôi đã trích dẫn các dữ liệu và đã không ghi rõ xuất xứ, vì lý do muốn cho các bài viết được trình bày một cách đơn giản, không làm rối mắt và rối trí độc giả.

Sau cùng, xin gửi tới sử gia Lê Mạnh Hùng lòng biết ơn sâu xa của nhóm biên soạn. Bộ sử phong phú "Nhìn lại SỬ VIỆT" của ông đã là tài liệu tham khảo quan trọng cho chúng tôi thực hiện cuốn sách giản lược Việt Sử Đại Cương này.

Hoàng Cơ Định
04/2018

n'est pas un document servant à une compréhension plus large de l'histoire vietnamienne ou à l'évaluation d'autres documents historiques. Mais il est une aide pour les lecteurs afin de leur permettre d'avoir une vue générale, basique, et le plus important : se souvenir de l'histoire du Vietnam. l'APERÇU DE L'HISTOIRE DU VIETNAM a été réalisée avec la contribution de nombreux amis, dont la caractéristique commune est l'attachement aux racines et à l'avenir de la nation.Je voudrais exprimer mes remerciements spéciaux à Madame Hồ Thanh Thái et Monsieur Hoàng Trương du comité de rédaction, sans les efforts persévéraants desquels le livre n'aurait pas été finalisé comme souhaité. Au nom de l'équipe, nous aimerions également présenter nos excuses aux auteurs dont nous avons repris les écrits sans en citer les références ; la raison est que nous souhaitionsavoir une présentation simple sans embrouiller le lecteur. Enfin, nous nous permettons d'adresser à l'historien Lê Mạnh Hùng la profonde reconnaissance de l'équipe de rédaction. Le riche document historique «Rétrospective de l'histoire vietnamienne» a été une référence importante pour nous dans la réalisation de ce livre succinct relatif à l'histoire vietnamienne.

Hoàng Cơ Định
04/2018

Giai đoạn lập quốc của người Việt Nam

ETAPES DE LA FONDATION DE LA NATION VIETNAMIENNE

Nước Việt Nam thời lập quốc có tên là Văn Lang, nằm trong vùng đất giữa sông Hồng, sông Mã và sông Lam. Nước Văn Lang được dựng nên bởi các vua Hùng, bắt đầu vào khoảng thế kỷ thứ 7 trước Công nguyên (khoảng năm 682TCN) và chấm dứt vào năm 257TCN với 18 đời vua, kéo dài khoảng 300 năm. Sau đó Văn Lang được đổi tên thành Âu Lạc. Về nguồn gốc của vua Hùng, các sách trước đây thường nêu lên huyền sử về họ Hồng Bàng trong đó Hùng Vương được cho là con Rồng cháu Tiên.

A sa fondation, le Vietnam s'appelle Văn Lang.Il se trouve dans la région située entre le fleuve Hồng (fleuve Rouge), le fleuve Mã et le fleuve Lam. Le Văn Lang a été fondé par les rois Hùng, dont la dynastie débute à partir du 7è siècle av.J.C. (aux environs de l'an 682 av.J.C.), et se termine en 257 av. J.C., après 18 règnes qui ont duré à peu près 300 ans. Plus tard le Văn Lang change de nom pour s'appeler le Âu Lạc. En ce qui concerne l'origine des rois Hùng, la documentation cite souvent le patronyme légendaire de Hồng Bàng et mentionne que les rois Hùng sont les descendants d'un Dragon et d'une Fée. Les rois Hùng

Tên gọi của vua Hùng và nước Văn Lang được ghi chép lại lần đầu tiên trong cuốn Đại Việt Sử Lược của Trần Phổ viết vào thế kỷ 13. Đây là cuốn sử xưa nhất còn lưu lại được của Việt Nam. Theo Đại Việt Sử Lược, vào khoảng đầu thế kỷ thứ 7 trước Công Nguyên, có một bậc dị nhân đã kết hợp được 15 bộ tộc tại thung lũng sông Hồng, lập nên nước Văn Lang, tự xưng là Hùng Vương, truyền ngôi được 18 đời, từ Hùng Vương Thứ Nhất tới Hùng Vương Thứ Mười Tám.

Khởi thủy, cư dân tại Văn Lang được gọi là Lạc Dân, danh từ Lạc Việt chỉ được đặt ra vào thế kỷ thứ nhất sau khi Mã Viện, viên tướng Trung Hoa chiến thắng Hai Bà Trưng đặt ách Bắc thuộc lên nước Âu Lạc. Các cứ liệu khảo cổ học và cổ sử đều cho thấy nhóm cư dân Lạc Việt không có mối liên hệ cơ hữu nào với các bộ tộc Bách Việt, là những bộ tộc trước đây ở miền nam Nước Tàu.

Mặt khác, sách Đại Việt Sử Lược cũng chép chuyện

et le pays Văn Lang ont été cités pour la première fois dans le Đại Việt sử lược ou ĐVSL (Exposé sur l'Histoire du Grand Việt) que Trần Phổ a rédigé au 13è siècle. Cet exposé est le plus vieux document historique qui existe encore. Selon le ĐVSL, vers le début du 7è siècle av. J.C.un homme aux talents extraordinaires a su rallier 15 communautés de la vallée du fleuve Hồng pour fonder le pays Văn Lang.Il a pris le nom de Hùng Vương (roi Hùng). Sa dynastie comporte 18 règnes, depuis Hùng Vương 1er jusqu'à Hùng Vương 18.

A l'origine, les habitants de Văn Lang s'appellent Lạc Dân (le peuple Lạc). Le nom de Lạc Việt n'est apparu qu'au 1er siècle, après que Mă Yuán (Mã Viện en vietnamien), un général chinois, a vaincu les deux dames Trưng et imposé le joug nordique au pays Âu Lạc. Les archives archéologiques et historiques démontrent que les habitants de Lạc Việt n'ont aucune relation organique avec les communautés Bách Việt (les cents Việt), qui vivent dans le sud de la Chine. D'autre part, le ĐVSL a aussi mentionné l'histoire selon

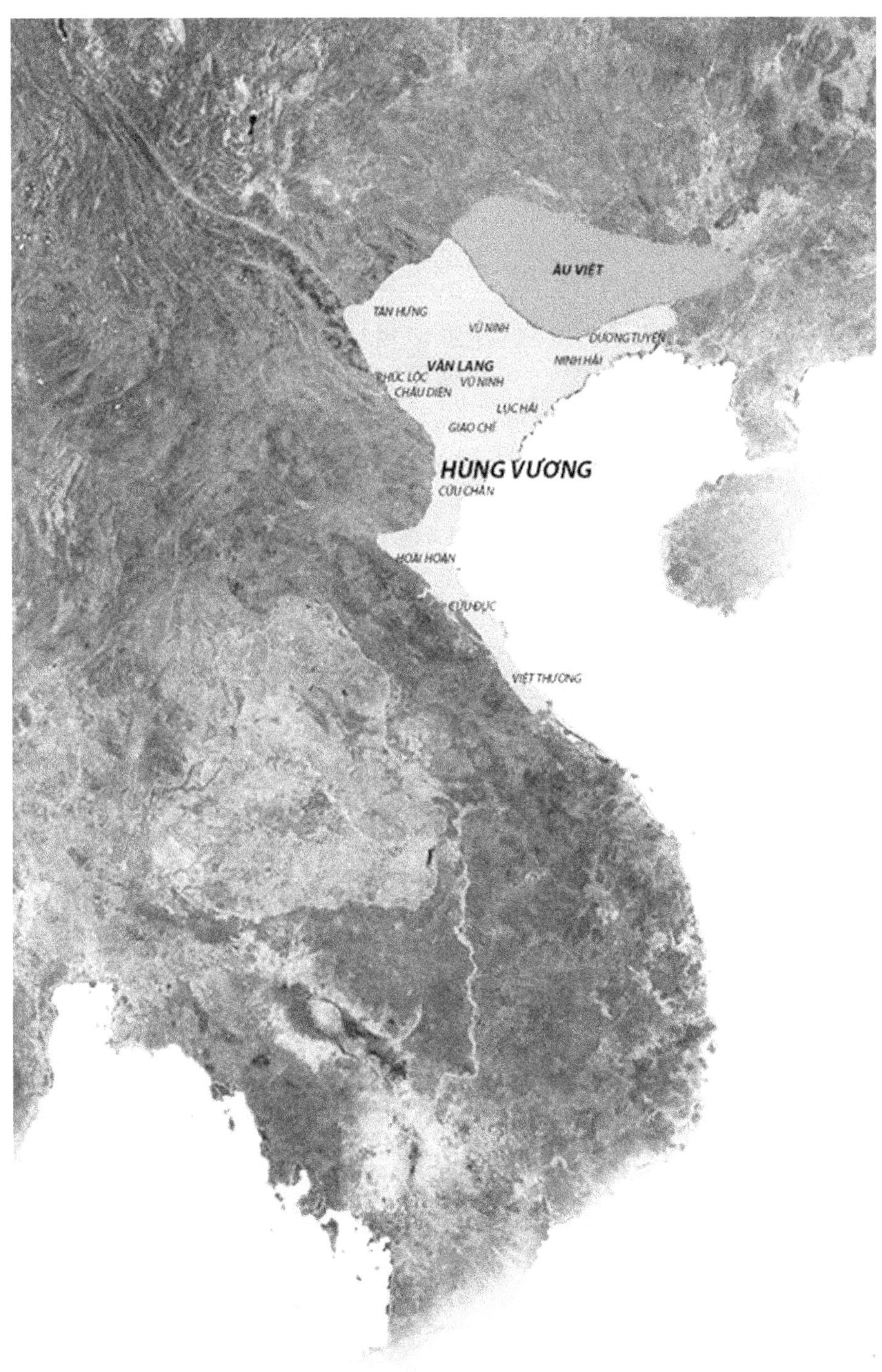
AU VIỆT
TÂN HƯNG
VŨ NINH
DƯƠNG TUYỀN
NINH HẢI
VĂN LANG
VŨ NINH
CHÂU DIÊN
LỤC HẢI
GIAO CHỈ
HÙNG VƯƠNG
CỬU CHÂN
HOAI HOAN
CỬU ĐỨC
VIỆT THƯỜNG

Việt Vương Câu Tiễn (505 TCN) sau khi chiếm nước Ngô, có sai sứ sang dụ Hùng Vương thần phục nhưng bị Hùng Vương cự tuyệt. Điều này chứng tỏ dân Lạc, dầu sau này được gọi là Lạc Việt, không phải là một trong các bộ tộc Bách Việt tại Nước Tàu thoát thai từ nước Việt của Câu Tiễn.

laquelle le roi Câu Tiễn du paysViệt (505 av. J.C.), après avoir conquis le pays Wú (Ngô en vietnamien), a dépêché un ambassadeur pour rallier le roi Hùng qui a refusé la proposition. Ce fait démontre que le peuple Lạc, même s'il a été appelé Lạc Việt ultérieurement, ne faisait pas partie des communautés Bách Việt de Chine, issues du pays Việt de Câu Tiễn.

ĐỊA LÝ NƯỚC VĂN LANG

Nước Văn Lang bao gồm các vùng đất tại các đồng bằng sông Hồng, sông Mã, sông Lam và được chia thành 15 bộ:

1) Văn Lang (Phú Thọ)
2) Châu Diên (Sơn Tây)
3) Phú Lộc (Sơn Tây)
4) Tân Hưng (Hưng Hoá - Tuyên Quang)
5) Vũ Định (Thái Nguyên, Cao Bằng)
6) Vũ Ninh (Bắc Ninh)
7) Lục Hải (Lạng Sơn)
8) Ninh Hải (Quảng Ninh)
9) Dương Tuyền (Hải Dương)
10) Giao Chỉ (Hà Nội, Hưng Yên, Nam Định, Ninh Bình)
11) Cửu Chân (Thanh Hoá)
12) Hoài Hoan (Nghệ An)
13) Cửu Đức (Hà Tĩnh)
14) Việt Thường (Quảng Bình, Quảng Trị)

GÉOGRAPHIE DU PAYS VĂN LANG

Văn Lang comprend les terres du bassin des fleuves Hồng, Mã et Lam. Il est divisé en 15 districts :

1) Văn Lang (Phú Thọ);
2) Châu Diên (Sơn Tây);
3) Phú Lộc (Sơn Tây);
4) Tân Hưng (Hưng Hoá - Tuyên Quang);
5) Vũ Định (Thái Nguyên, Cao Bằng);
6) Vũ Ninh (Bắc Ninh);
7) Lục Hải (Lạng Sơn);
8) Ninh Hải (Quảng Ninh);
9) Dương Tuyền (Hải Dương);
10) Giao Chỉ (Hà Nội, Hưng Yên, Nam Định, Ninh Bình);
11) Cửu Chân (Thanh Hoá);
12) Hoài Hoan (Nghệ An);
13) Cửu Đức (Hà Tĩnh);
14) Việt Thường (Quảng Bình, Quảng Trị);

15) Bình Văn (chưa rõ)

Các vua Hùng đóng đô tại Văn Lang thuộc bộ Văn Lang. Tên của kinh đô Văn Lang được các sử gia sau này đổi thành Phong Châu, ngày nay thuộc vùng Bạch Hạc, tỉnh Phú Thọ.

Theo Ngọc phả Hùng Vương chép thời Hồng Đức,

15) Bình Văn (non confirmé)

Les rois Hùng ont fixé leur capitale à Văn Lang dans le district deVăn Lang. Ultérieurement les historiens ont changé le nom de Văn Lang en Phong Châu, maintenant situé dans la région Bạch Hạc, province de Phú Thọ.

Selon la Généalogie des rois Hùng, établie sous le règne

Lăng vua Hùng ở Phú Thọ
Temple des rois Hùng à Phú Thọ

nhà Lê (1460) các vua Hùng đã được thờ cúng tại đền Hùng từ thời nhà Đinh (968). Việc thờ cúng được giao cho dân chúng địa phương trách nhiệm ngày giỗ các Vua Hùng, còn gọi là hội Đền Hùng, được tổ chức hàng năm vào ngày 10 tháng 3 âm lịch. Vào năm 1917, dưới triều vua Khải Định, ngày này đã được ấn định là ngày Quốc lễ. Hàng năm, các quan phải theo lệnh vua mặc phẩm phục lên đền Hùng thay mặt triều đình Huế cúng tế.

Thời Việt Nam Cộng hòa chính quyền vẫn công nhận ngày 10 tháng 3 âm lịch là ngày lễ chính thức của quốc gia.

Thời Cộng Hòa Xã Hội Chủ Nghĩa tới năm 2007 mới chính thức quy định ngày Giỗ tổ Hùng Vương là ngày nghỉ lễ.

de Hồng Đức, dynastie des Lê (1460), les rois Hùng sont vénérés au temple des rois Hùng depuis la dynastie des Đinh (968). Le culte a été confié à la population locale et l'hommage aux rois Hùng, encore appelé fête au temple Hùng, est organisé annuellement le 10 du 3è mois lunaire. En 1917, sous le règne du roi Khải Định, cette journée a été désignée Fête Nationale. Tous les ans, les mandarins, suivant l'ordre du roi, se rendent au temple en costume de mandarin pour rendre hommage au nom de la Cour.

A l'époque de la République du Vietnam, le gouvernement continue à reconnaître cette date comme une fête officielle de la nation.

La République Socialiste du Vietnam a décrété en 2007 seulement que cette date est un jour férié.

TỔ CHỨC QUỐC GIA VÀ XÃ HỘI CỦA NƯỚC VĂN LANG

Hùng Vương đóng đô ở Phong Châu (bây giờ ở vào địa hạt thành phố Việt Trì

ORGANISATION ÉTATIQUE ET SOCIALE DU PAYS VĂN LANG

Les rois Hùng fixent leur capitale à Phong Châu (actuellement situé sur le territoire de la ville de Việt

và huyện Lâm Thao, tỉnh Phú Thọ), đặt quan văn gọi là Lạc hầu, tướng võ gọi là Lạc tướng, con trai vua gọi là Quan Lang, con gái vua gọi là Mị Nương, các quan nhỏ gọi là Bồ chính. Quyền chính trị theo cha truyền con nối.

Dân chúng dưới thời Hùng Vương sống tập trung thành những làng nhỏ, phần đông mọi người có liên hệ gia tộc với nhau, dưới sự chỉ huy của một Lạc tướng, gần giống như các bộ lạc tại miền thượng du Việt Nam ngày nay. Các bộ lạc hợp lại thành quốc gia đứng đầu là Hùng Vương. Hùng Vương có thể cũng chỉ là người đúng đầu một bộ lạc tại Phong Châu, đồng thời đại diện cho liên minh các bộ lạc khác trong sự giao thiệp với các sắc dân lân cận, nhưng không can thiệp vào nội bộ các bộ lạc do nhà vua đại diện. Sau này, khi Hùng Vương bị thay thế bởi Thục Phán, vị trí và quyền lãnh đạo của các Lạc tướng vẫn còn được duy trì trong vài thế kỷ sau đó.

Dưới các triều đại Hùng Vương, người dân đã biết

Trì et du district de Lâm Thao, province de Phú Thọ). Ils appellent les mandarins civils Lạc hầu, les responsables militaires Lạc tướng, les fils du roi Quan Lang, les filles du roi Mị Nương, les chargés des fonctions de rang inférieur Bồ chính. Le pouvoir politique se transmet de père en fils.

La population à l'époque des rois Hùng, dont la plupart ont des liens de parenté, vit concentrée dans de petits villages sous la direction d'un Lạc tướng, à peu près comme les tribus des hauts plateaux du Vietnam actuel. Les tribus s'allient pour former un état dirigé par le roi Hùng. Le roi Hùng est peut-être un chef de tribu à Phong Châu, cependant en même temps il représente l'alliance des tribus dans les relations avec les peuples voisins, mais n'intervient pas dans les affaires intérieures des tribus dont le roi est le représentant. Plus tard, quand les rois Hùng ont été remplacés par Thục Phán, la position et le pouvoir dirigeant des Lạc tướng sont maintenus encore durant quelques siècles.

A l'époque des rois Hùng, les Vietnamiens savent déjà cultiver le riz humide, avant que cette connaissance ne soit transmise à

trồng lúa nước, trước khi ngành này truyền sang Trung Hoa và chắc chắn việc trồng lúa không phải do viên quan cai trị người Tàu dạy cho dân Việt như sử Tàu, và sử Việt trước đây ghi chép lại.

Bên cạnh nghề trồng lúa, việc trồng các cây hoa trái khác cũng phát triển, đồng thời với việc chăn nuôi gia súc, bao gồm chó, heo, trâu, bò (không thấy có ngựa trong các xương gia súc khai quật được). Đặc biệt là giống gà có thể coi như được thuần giống đầu tiên tại Đông Nam Á. Dưới thời Hùng Vương thấy có những tượng gà bằng đất nung và bằng đồng. Ngoài canh nông, người dân Việt cổ xưa cũng còn sinh hoạt hái lượm săn bắt thú rừng và đánh cá. Nghề đánh cá cũng phát triển, qua việc tìm thấy nhiều lưỡi câu bằng đồng và tục lệ xăm mình có từ thời Hùng Vương của ngư dân, để tránh bị thủy quái hãm hại.

Các nghề thủ công cũng phát triển mạnh như nghề mộc, nghề sơn. Đặc biệt nghề sơn đã đạt trình độ cao, biết

la Chine et, sans aucun doute, la culture de riz humide n'a pas été apprise par un mandarin chinois à la population vietnamienne, comme cela a été écrit dans quelques livres d'histoire chinois et vietnamiens.

A côté de la culture du riz, se développent aussi d'autres cultures en même temps que l'élevage d'animaux domestiques comprenant chiens, cochons, buffles, bœufs (on n'a pas découvert d'os de cheval dans les os issus des excavations). En particulier, les gallinacés sont considérés comme une race spécifique de l'Asie du Sud-Est. Sous le règne des rois Hùng on a vu apparaître des statues de coqs et poules en terre cuite et en bronze. En dehors de l'agriculture, les anciens Vietnamiens pratiquent la cueillette, la chasse et la pêche. La présence des hameçons en bronze et le tatouage traditionnel pour éviter l'attaque des monstres marins témoignent du développement de la pêche.

L'artisanat tel que la menuiserie, la peinture s'est également fortement développé. Particulièrement, la peinture

được qua việc phát hiện các di vật bằng gỗ sơn mầu nâu đỏ, chất sơn rất tốt. Người thời Hùng Vương đã biết làm đồ gốm bằng bàn xoay với hoa văn trang trí rất đẹp.

Quan trọng nhất trong các ngành thủ công nghiệp thời Hùng Vương là nghề luyện kim về các loại đồng. Người ta đã tìm thấy khá nhiều công cụ bằng đồng thau và cả những khuôn đúc. Trống đồng Đông Sơn là hiện vật nổi tiếng, đặc trưng cho nền văn hóa vào thời kỳ này. Những mẫu hình thuyền và chim biển trang trí trên trống đồng, chứng tỏ rằng nền văn minh Đông Sơn có quan hệ mật thiết với biển và có thể du nhập từ biển vào.

Vào cuối đời Hùng Vương nghề làm đồ sắt bắt đầu xuất hiện. Các hiện vật khai quật được cho thấy dấu hiệu những lò luyện và xưởng cán, chứng tỏ người Việt xưa đã làm nghề này chứ không phải dùng các sản phẩm từ phương bắc do Người Tàu mang tới.

a atteint un haut niveau : on a découvert des objets en bois peints en brun rougeâtre avec une peinture de bonne qualité. A l'époque des rois Hùng,les Vietnamiens savent façonner au tour des objets en terre cuite avec des dessins décoratifs fort esthétiques.

La métallurgie du bronze est l'industrie artisanale la plus importante à l'époque des rois Hùng. Un grand nombre d'outils en bronze et même des moules ont été découverts. Les tambours en bronze de Đông Sơn sont des artefacts célèbres typiques de la civilisation de cette époque. Les dessins de bateaux et d'oiseaux marins décorant ces tambours démontrent que la civilisation de Đông Sơn a un lien étroit avec la mer et qu'elle a été peut-être introduite par la voie maritime. A la fin de la dynastie des rois Hùng, la fabrication du fer commence à faire son apparition. Les artefacts mis au jour montrent des signes de l'existence de fonderies et de laminoirs, suggérant que les anciens Vietnamiens ont fait ce travail, plutôt que d'utiliser des produits du Nord importés de Chine.

Hình một loại trống đồng khai quật được
Photo d'un tambour en bronze découvert lors d'une fouille

NGUỒN GỐC CÁC SẮC DÂN TẠI NƯỚC VĂN LANG

Từ thời cổ đại, nhiều chục ngàn năm trước, cư dân đầu tiên tại nước Văn Lang thuộc sắc dân Australoid và Melanesian đến từ vùng Đông Nam Á, có nguồn gốc gần với những người thổ dân Aborigin tại Úc châu.

Vào khoảng 4.000 năm trước Công nguyên xuất hiện một sắc dân mới gốc Nam Đảo (Austronesian). Sau đó, khoảng 1.000 năm trước Công

ORIGINES DES ETHNIES VIVANT AU PAYS VĂN LANG

Depuis l'antiquité, il y a des dizaines de milliers d'années, les premiers habitants de Văn Lang appartiennent aux ethnies venant de l'Asie du Sud-Est. Ils ont une origine proche des Aborigènes d'Australie.

Vers 4 000 av. J.-C., apparaît une nouvelle ethnie d'origine austronésienne. Plus tard, vers l'an 1000 av. J.-C., émergea un troisième groupe austro-asiatique,

nguyên xuất hiện một sắc dân thứ ba thuộc nhóm Nam Á (Austroasiatics), nhóm này vào thời gian đó đã xuất hiện tại toàn vùng Đông Nam Á. Tại nhiều nơi, sắc dân này đẩy các người gốc Nam Đảo ra các quần đảo ngoài khơi như Philippines, Indonesia. Còn tại Văn Lang cuộc du nhập diễn ra hòa bình và hai sắc dân dần hoà hợp thành một sắc tộc hợp nhất, đó là sắc tộc Lạc, hay tiền Việt (proto Việt).

Về ngôn ngữ, tiếng Việt hiện tại được sắp vào nhóm các ngôn ngữ Nam Á (Austroasiatic), cùng chung với Môn Khmer và Mường, pha trộn thêm rất nhiều từ khác lấy từ các nhóm Nam Đảo, Thái và từ Hoa ngữ về sau này.

Về phong tục, người Việt xưa có những tập quán và tín ngưỡng giống như các dân tộc khác ở Đông Nam Á. Về tín ngưỡng có tục thờ vật tổ (rồng tiên), về phong tục như nhuộm răng đen, ăn trầu, xăm mình và ngay cả những nghi thức về hôn nhân, tang tế cũng như những ngày lễ hội (hội nước). Điều này cho thấy dân tộc Việt Nam hình thành từ rất sớm, độc lập nhưng nằm chung trong một quần thể dân tộc Đông Nam Á.

qui apparaît à l'époque dans toute l'Asie du Sud-Est. Dans de nombreux endroits, ce groupe ethnique pousse les Austronésiens vers des îles au large des côtes comme les Philippines, l'Indonésie. A Văn Lang l'immigration s'est passée de façon pacifique, les deux groupes ethniques ont progressivement fusionné en une race unifiée, à savoir les Lac, ou proto-vietnamiens. En termes linguistiques, le vietnamien est maintenant classé dans les langues austro-asiatiques, avec le Môn-Khmer et le Muong, mélangé avec beaucoup de mots pris des groupes austronésiens et des groupes thaïs, et plus tard du chinois. En termes de coutumes, les proto-Vietnamiens ont les mêmes coutumes et croyances que les autres groupes ethniques en Asie du Sud-Est telles que le totémisme (dragon et fée), la coloration des dents en noir, le mâchage du bétel, le tatouage et même les rituels liés au mariage, aux funérailles ainsi que les festivités (fête de l'eau). Cela montre que le peuple vietnamien s'est formé très tôt, indépendant au sein d'une population d'Asie du Sud-Est

Diễn trình Bắc thuộc của nước Văn Lang

EVOLUTION DE LA DOMINATION CHINOISE SUR LE VĂN LANG

Kể từ khi Hùng Vương dựng nước, vào đầu thế kỷ thứ bảy trước Công nguyên cho tới năm 180 TCN, nước Văn Lang bị Người Tàu tấn công qua hai giai đoạn, với tính chất khác nhau bởi Thục Phán và Triệu Đà.

Depuis la fondation du pays par Hùng Vương au début du VIIè siècle av. J.C. jusqu'à l'an 180 av. J.C., le Văn Lang a été attaqué deux fois par la Chine. Ces agressions, de nature différente, sont commises par Thục Phán (Shǔ Pàn en chinois) et Triệu Đà (Zhào Tuó en chinois).

THỤC PHÁN CHẤM DỨT TRIỀU ĐẠI HÙNG VƯƠNG, THÀNH LẬP NƯỚC ÂU LẠC.

Vào thế kỷ thứ tư TCN, Trung Hoa gồm nhiều quốc gia. Năm 315 TCN nước Thục (vùng Sichuan bây giờ) bị nước Tần chiếm cứ. Con

CHUTE DE LA DYNASTIE DE HÙNG VƯƠNG CAUSÉE PAR THỤC PHÁN, FONDATION DU PAYS ÂU LẠC

Au IVè siècle av. J.C., la Chine est composée de nombreux états. En 315 av. J.C., le pays Shǔ (Thục en vietnamien - dans la région de Sìchuān actuel - Tứ Xuyên en

cháu vua Thục phải chạy xuống phương Nam, tới địa phận nước Tây Âu (còn gọi là Âu Việt) giáp với nước Văn Lang thì ngừng lại ở đây.

Năm 258 TCN, do nhà Tần đánh vào Tây Âu. Một khối dân Tây Âu dưới sự lãnh đạo của Thục Phán đã tràn qua nước Văn Lang lánh nạn. Tại đây họ đánh bại quân của Hùng Vương. Thục Phán xưng là An Dương Vương, đổi tên nước Văn Lang thành Âu Lạc. Tên nước là tập hợp tên hai khối dân, Lạc dân đang sinh sống tại chỗ và khối dân tỵ nạn theo Thục Phán từ Tây Âu.

Tuy tới từ phương Bắc, nhưng Thục Phán không đại diện cho một vương quyền Bắc phương để đặt nền cai trị lên nước Văn Lang. Cuộc giao tranh giữa hai lực lượng Hùng Vương và Thục Phán cũng ở mức độ nhỏ, giới hạn trong địa hạt Phúc Yên-Vĩnh Phúc (địa bàn bộ Văn Lang).

Ngoài việc đổi quốc hiệu, không có chuyện nước Văn Lang bị sát nhập vào một quốc gia khác, và việc thay đổi từ Hùng Vương qua An

vietnamien) est occupé par le pays Qín (Tần en vietnamien). Les descendants du roi Shǔ doivent s'enfuir vers le Sud. Lorsqu'ils arrivent sur le territoire du pays Xī Ōu (Tây Âu en vietnamien - autrement appelé Ōu Yuè - Âu Việt en vietnamien), limitrophe de Văn Lang, ils s'y installent.

En 258, la dynastie des Qín attaque Xī Ōu. Pour se réfugier, une partie de la population de Xī Ōu, sous la direction de Thục Phán, envahit le Văn Lang où elle a vaincu l'armée de Hùng Vương. Thục Phán s'y proclame roi An Dương Vương, renomme le pays Văn Lang en Âu Lạc. Le nouveau nom provient de la réunion de deux peuples, les autochtones Lac et les réfugiés qui ont suivi Thục Phán de Xī Ōu.

Bien qu'il vienne du Nord, Thục Phán n'est pas un représentant envoyé par une puissance du Nord pour coloniser le Văn Lang. La guerre entre Hùng Vương et Thục Phán est de d'ampleur restreinte, elle se passe dans les limites de Phúc Yên- Vĩnh Phúc (à l'intérieur de Văn Lang).

En dehors du changement de nom du pays, il n'y a pas d'annexion d'un pays par un autre et le passage du pouvoir de Hùng Vương à An

Dương Vương mang tính chất tiếp nối của hai triều đại trong cùng một quốc gia. Vì vậy, An Dương Vương vẫn được coi là một vị vua của nước ta tiếp theo triều đại các Vua Hùng.

Dương Vương a le caractère d'une succession entre deux dynasties au sein d'un pays. C'est pourquoi An Dương Vương a toujours été considéré comme roi de notre pays, en tant que successeur de la dynastie des rois Hùng.

XÃ HỘI VIỆT NAM DƯỚI TRIỀU ĐẠI AN DƯƠNG VƯƠNG

Sau khi lên ngôi vua, An Dương Vương tiếp tục duy trì cơ cấu xã hội của nước Văn Lang. Việc cai trị của các Lạc tướng vẫn như cũ. Khối dân Tây Âu đi theo Thục Phán không tạo thành một xã hội hay bộ tộc riêng, mà theo xu hướng hòa nhập vào xã hội tại chỗ.

Điểm đặc thù của triều đại An Dương Vương là việc xây dựng một chính quyền trung ương, với lực lượng binh lính nhà nghề, một thành lũy với kiến trúc đặc biệt. Sau này các sử gia gọi là Loa thành (hay thành Cổ Loa), đã được nhà vua dựng lên tại địa phận huyện Đông Anh, Hà Nội.

Vào năm 1959 các nhà

SOCIÉTÉ VIETNAMIENNE SOUS LE RÈGNE DE AN DƯƠNG VƯƠNG

Après être monté sur le trône, An Duong Vuong continue à maintenir la structure sociale de Văn Lang, les Lạc Tướng (responsables militaires) ont les mêmes pouvoirs qu'avant. Les réfugiés qui ont suivi Thục Phán de Xī Ōu ne forment pas leur propre société ou communauté mais ont tendance à s'intégrer à la société locale.

L'élément caractéristique du règne deAn Duong Vuong est l'instauration d'un pouvoir central avec des forces armées de métier. Le roi fait édifier à Đông Anh (Hà Nội) une citadelle avec une structure particulière que les historiens appellent Loa thành (citadelle en spirale) ou Cổ Loa (Vieille Spirale).

En 1959, des archéologues

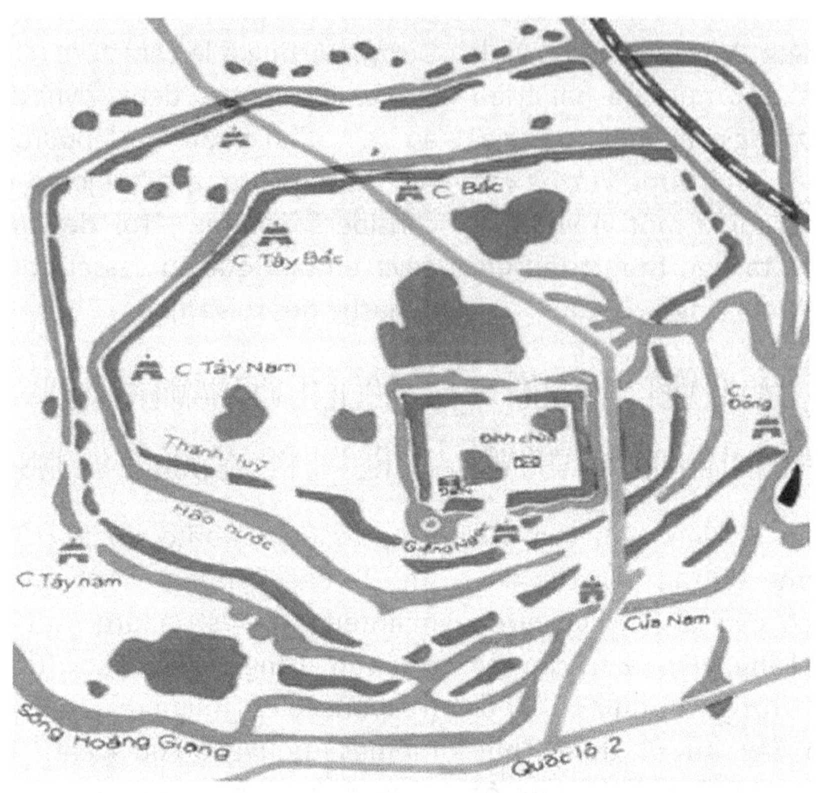

Sơ đồ thành Cổ Loa / Schéma de la citadelle Cổ Loa

khảo cổ Việt Nam đã khai quật được một số lượng rất lớn các mũi tên bằng đồng trong địa phận di tích của Loa thành. Điều này chứng tỏ khi đó nước Âu Lạc đã có quân đội và khí giới.

TRIỆU ĐÀ KHỞI NGHIỆP VÀ XÂM LĂNG ÂU LẠC

Triệu Đà là một viên tướng của Tần Thủy Hoàng. Khi

vietnamiens ont mis au jour un très grand nombre de pointes de flèche en bronze sur les vestiges de Loa Thành, ce qui démontre que le pays de Âu Lạc possède déjà une armée et des armes.

DÉBUT DE L'ŒUVRE DE TRIỆU ĐÀ ET INVASION DE ÂU LẠC

Triệu Đà (Zhào Tuó en chinois) est un général de Qín Shǐhuáng (Tần Thủy Hoàng en vietnamien).

Tần Thủy Hoàng chết, loạn lạc xảy ra khắp nơi. Triệu Đà nhân cơ hội chiếm đóng Quế Lâm và Tượng, thành lập ra nước Nam Việt, độc lập với triều đình nhà Tần và xưng là Nam Việt Vũ Vương, còn gọi là Triệu Vũ Vương.

Vào năm 196 TCN, nhà Tần được thay thế bởi nhà Hán, Triệu Đà quay lại thần phục nhà Hán, được phong là Nam Việt Vương và Nam Việt trở thành một nước chư hầu của nhà Hán, nhưng vẫn giữ nền hành chánh độc lập. Giữ thế với nước lớn xong, Triệu Đà bắt đầu tìm cách bành trướng xuống phương Nam, tấn công nước Âu Lạc nhiều lần. Tuy nhiên lần nào cũng thất bại, vì quân của An Dương Vương rất thiện chiến và đặc biệt là có tài bắn cung nỏ. Cuối cùng, Triệu Đà phải sử dụng kế nội gián bằng cách cho con trai là Trọng Thủy sang cầu hôn với Mỵ Châu, con gái của An Dương Vương, ở lại triều đình Âu Lạc khai thác nội tình. Cuộc xâm lăng tiếp sau đó của Triệu Đà đã thành công, An

Après la mort de ce dernier, Triệu Đà profite de l'occasion pour occuper Guìlín (Quế Lâm en vietnamien) et Xiàngjùn (Tượng Quận en vietnamien). Il y fonde le pays Nányuè (Nam Việt en vietnamien) indépendant de la Cour des Qín, et se proclame Nam Việt Vũ Vương (roi Wǔ de Nányuè).

En 196 av. J.C., la dynastie des Qín est remplacée par celle des Hàn (Hán en vietnamien).Triệu Đà fait allégeance aux Hànet est nommé roi de Nányuè (Nam Việt Vương en vietnamien). Le Nányuè devient un pays vassal de la dynastie des Hàn mais gardeson indépendance sur le plan administratif. Ayant assuré sa position par rapport au grand pays, Triệu Đà cherche à s'étendre vers le Sud; il attaque de nombreux fois le Âu Lạc. Cependant, il échoue chaque fois car l'armée de An Dương Vương est bien entrainée et ses hommes sont particulièrement bons tireurs à l'arc. Enfin, Triệu Đà utilise un stratagème qui consiste en une infiltration : il envoie son fils Zhòng Shǐ (Trọng Thủy en vietnamien) demander la main de Mèi Zhū (Mỵ Châu en vietnamien), fille de An Dương Vương, dans le but de rester à la Cour de Âu Lạc pour espionner. Ainsi, Triệu Đà

Dương Vương thua chạy rồi tự sát.

Sau khi chiến thắng, Triệu Đà đã chia nước Âu Lạc thành 2 quận là Giao Chỉ và Cửu Chân, sát nhập vào nước Nam Việt. Triều đại An Dương Vương chấm dứt vào năm 180 TCN.

CHÍNH SÁCH CAI TRỊ CỦA TRIỆU ĐÀ

Kể từ năm 180 TCN nước Âu Lạc bị đô hộ bởi nước Nam Việt của Triệu Đà, mà Nam Việt là chư hầu của Bắc triều, như vậy coi như Âu Lạc chính thức nội thuộc Bắc triều. Tại hai quận Giao Chỉ và Cửu Chân nhà Triệu giao hai quan sứ cai quản. Công việc chính của hai quan sứ là bảo đảm cho con đường thương mại quốc tế thời bấy giờ (từ Châu Âu qua Ấn Độ đến châu Á và Nước Tàu) được ổn định. Các Lạc tướng vẫn cai trị dân như xưa. Ngay cả con cháu của An Dương Vương cũng vẫn giữ những vị trí lãnh đạo trong xã hội Âu Lạc.

réussit son invasion à la campagne suivante, An Dương Vương est vaincu, prend la fuite puis se suicide.

Après sa victoire, Triệu Đà divise le Âu Lạc en deux provinces, Giao Chỉ et Cửu Chân, et les annexe à Nányuè. Le règne de An Dương Vương s'achève en 180 av. J.C..

POLITIQUE ADMINISTRATIVE DE TRIỆU ĐÀ

A partir de 180 av. J.C., Âu Lạc dépend officiellement de la dynastie du Nord, sous la domination d'un vassal de la Chine,à savoir le pays Nányuè de Triệu Đà. Aux deux provinces de Giao Chỉ et Cửu Chân, la dynastie des Triệu confie la charge d'assurer le fonctionnement du territoire à deux administrateurs. Leur principale tâche est de garantir la voie commerciale d'alors qui relie l'Europe à l'Asie età la Chine via l'Inde). Les Lạc Tướng conservent leur droit d'administration comme avant. Même les descendants de An Dương Vương gardent leur position de dirigeants dans la société de Âu Lạc. Un phénomène

Một điều đặc biệt xảy ra dưới triều đại của Triệu Đà là hiện tượng Việt hóa diễn ra với cả Triệu Đà và nhóm dân chúng Âu Lạc.

Triệu Đà sau nhiều năm cai trị dân Bách Việt, cảm nhận thấy ông trở thành người Bách Việt độc lập với người Hán ở phương Bắc.

Với khối dân Âu Lạc, xuất phát là những Lạc dân thời Vua Hùng, khi được gom cùng với khối dân Bách Việt tại Hoa Nam, trong nguyện vọng chung là đối kháng lại

particulier sous la dynastie de Triệu Đà est la vietnamisation de la population et de Triệu Đà lui-même.

Triệu Đà, après plusieurs années à gouverner les peuples Bách Việt, se sent Bách Việt lui-même, indépendant des Hàn du Nord.

En ce qui concerne le groupe Âu Lạc, issu du peuple Lạc des rois Hùng, une fois regroupé avec le bloc des Bách Việt dans le Sud de la Chine, dont l'aspiration commune est l'opposition à l'invasion venant du Nord, il sympathise avec les Bách Việt et considère

Đền thờ Triệu Vũ Đế ở Kiến Xương,Thái Bình

Temple de Triệu Vũ Đế à Kiến Xương, Thái Bình

với sự lấn chiếm từ phương Bắc, họ đồng cảm và tự coi như một thành phần của Bách Việt, ý niệm Lạc Việt đã bắt nguồn từ đó. Nhiều thế kỷ sau, khi Việt Nam đã dành lại nền tự chủ đối với Trung Hoa. Triệu Vũ Vương Triệu Đà vẫn được coi như một trong các vị vua đầu tiên của Việt Nam.

qu'il fait partie intégrante de ceux-ci. Et la notion de peuple Lạc Việt prend naissance à ce moment. Plusieurs siècles plus tard, quand le Vietnam recouvre son autonomie vis-à-vis de la Chine, Triệu Vũ Vương Triệu Đà (Zhào Tuó) est toujours considéré comme un des premiers rois du Vietnam.

NƯỚC NAM VIỆT BỊ NHÀ HÁN XÂM CHIẾM, ÂU LẠC HOÀN TOÀN NỘI THUỘC PHƯƠNG BẮC

Triệu Đà làm vua nước Nam Việt từ năm 207 TCN, mất năm 137 TCN, hưởng thọ trên 100 tuổi. Trong suốt thời gian tại ngôi, lúc mềm dẻo, lúc cứng rắn, ông duy trì một tư thế độc lập với triều đình nhà Hán. Với Hán triều, ông duy trì tước vị khiêm tốn là Nam Việt Vũ Vương, hàm ý chấp nhận vị trí chư hầu, nhưng trong nội bộ và tương quan với các quốc gia khác, ông là Nam Việt Vũ Đế, ngang hàng với vua nhà Hán của Trung Hoa.

INVASION DU NAM VIỆT PAR LES HÀN, ÂU LẠC COMPLÈTEMENT SOUS LA DOMINATION CHINOISE

Triệu Đà (Zhào Tuó) règne sur le Nam Việt (Nányuè) de 207 av. J.C.jusqu'à son décès en 137 av. J.C. à l'âge de plus de 100 ans. Pendant tout son règne, parfois souple, parfois rigoureux, il maintient une position indépendante vis-à-vis de la Cour des Hàn. Avec elle, il entretient des relations de vassal en acceptant le modeste titre de Nam Việt Vũ Vương, mais en interne et vis-à-vis d'autres états, il est Nam Việt Vũ Đế (Empereur Vũ de Nam Việt), sur un pied d'égalité avec le roi Hàn de Chine.

Khi Triệu Đà mất, triều đình nhà Hán đã áp dụng những chính sách thôn tính và đồng hoá thành công nước Nam Việt.

Một phụ nữ Hán tộc là Cù Thị được sắp xếp để trở thành Hoàng hậu nước Nam Việt, khi nhà vua mất, thái tử còn nhỏ tuổi, Cù Thị đã làm sớ xin với Hán đế cho đất Nam Việt được nội thuộc Hán triều và sát nhập thành một tỉnh của nhà Hán. Việc này bị quan Tể tướng Lữ Gia phản đối kịch liệt. Vua nhà Hán phái một viên tướng mang 2,000 dũng sĩ qua Nam Việt để diệt Lữ Gia. Được tin, Lữ Gia cùng em đem binh giết Cù Thị, rồi điều quân đi dẹp tan 2,000 dũng sĩ do vua Hán cử sang.

Triều đình Hán liền lập một đạo quân chinh phạt gồm 100,000 người do tướng quân Lộ Bác Đức điều khiển, tiến đánh Phiên Ngung, kinh đô của Nam Việt. Tể tướng Lữ Gia phải bỏ thành chạy, ra tới biển thì bị bắt. Toàn bộ đất Nam Việt bị quân Hán chiếm đóng. Các quận

Au décès de Triệu Đà, la Cour des Hàn réussit à appliquer la politique d'annexion et d'assimilation à Nam Việt. Un arrangement est pris pour que Jiū Shì (Cù Thị en vietnamien), une femme d'origine Hàn, devienne reine de Nam Việt. Jiū Shì envoie une requête à l'empereur des Hàn lui demandant d'annexer le Nam Việt et que ce dernier devienne une province des Hàn. Le Premier Ministre Lữ Gia conteste violemment cette requête. Le roi Hàn envoie immédiatement 2.000 valeureux soldats pour supprimer Lữ Gia. Informé, Lữ Gia et son jeune frère tuent Jiū Shì. Puis ils mobilisent l'armée pour anéantir les 2.000 soldats envoyés par les Hàn.

La Cour des Hàn envoie immédiatement un corps d'armée fort de 100.000 hommes, commandé par le général Lù Bódé (Lộ Bác Đức en vietnamien) pour une expédition punitive. Lù Bódé attaque Phiên Ngung, la capitale de Nam Việt. Le Premier Ministre Lữ Gia doit abandonner la citadelle et s'enfuir, mais il est capturé quand il arrive à la mer. L'armée Hàn occupe tout

ở xa về phía Nam thuộc Âu Lạc trước đây là Giao Chỉ và Cửu Chân, tuy chưa bị chiếm nhưng đều quy hàng.

Triều đại nhà Triệu chấm dứt vào năm 111 TCN, Nam Việt (bao gồm cả lãnh thổ Âu Lạc), chính thức sát nhập vào nhà Hán, đánh dấu thời kỳ Bắc thuộc lần thứ nhất của lịch sử Việt Nam. Thời kỳ này kéo dài gần 150 năm, chỉ gián đoạn một thời gian ngắn, do cuộc khởi nghĩa của Hai Bà Trưng vào năm 43 sau Công nguyên.

le territoire de Nam Việt. Les provinces lointaines du Sud appartenant précédemment à Âu Lạc, soient Giao Chỉ et Cửu Chân, bien que pas encore occupés, se rendent.

La dynastie des Triệu s'achève en 111 av. J.C.. Le Nam Việt, y compris le territoire de Âu Lạc, est officiellement rattaché à la Chine. C'est la première domination chinoise dans l'histoire du Vietnam. Cette période dure 150 ans, interrompue brièvement par l'insurrection des deux Dames Trưng en 43 apr. J.C.

Bắc thuộc lần thứ nhất và cuộc khởi nghĩa của Hai Bà Trưng

PREMIÈRE DOMINATION CHINOISE ET SOULÈVEMENT DES DEUX DAMES TRƯNG

Sau khi nước Âu Lạc trở thành lãnh thổ của nhà Triệu, và sau khi nhà Triệu bị nhà Hán diệt vào năm 111 TCN, nước ta hoàn toàn nội thuộc Hán triều. Đây là thời kỳ Bắc thuộc lần thứ nhất.

Après le rattachement de Âu Lạc au territoire de la dynastie des Triệu et la destruction de cette dernière par la dynastie des Hàn en 111 av. J.C., notre pays est complètement sous domination de la dynastie des Hàn. Il s'agit de la première domination chinoise.

NHỮNG NĂM ĐẦU TIÊN CỦA THỜI KỲ BẮC THUỘC THỨ NHẤT

LES PREMIERES ANNEES SOUS LA DOMINATION CHINOISE

Trước tiên, nhà Hán đổi Nam Việt thành Giao Châu, đặt một quan Thứ sử cai trị. Trị sở (trung tâm hành chánh) châu được

En premier lieu, la dynastie des Hàn change le pays Nam Việt en Région Administrative de Giao Châu, mise sous l'administration d'un Gouverneur Général. Le chef-

đặt tại Luy Lâu (còn có tên là Long Uyên, thuộc địa phận tỉnh Bắc Ninh ngày nay). Dưới châu là quận, đứng đầu là một Thái thú. Theo pháp chế nhà Hán, Thứ sử không trực tiếp can thiệp vào việc cai trị của các quận.

Giao Châu được chia thành 9 quận: Nam Hải, Hợp Phố, Thương Ngô, Uất Lâm (gồm hai tỉnh Guang Dong và Guang Xi), Châu Nhai, Đạm Nhĩ (thuộc đảo Hải Nam). Ba quận phía nam là Giao Chỉ, Cửu Chân và Nhật Nam (thuộc cương vực nước ta hiện nay).

Dưới quận là huyện. Tại vùng Âu Lạc cũ, các Lạc tướng vẫn giữ quyền cai trị như trước kia. Như thế, những bộ xưa của nước Văn Lang đã biến thành những huyện của Hán, và các Lạc tướng trở thành Huyện lệnh, được triều Hán cấp ấn phong như những quan lại, nhưng không bị ràng buộc nhiều.

Thời nhà Hán có hai giai đoạn. Giai đoạn đầu là nhà Tây Hán. Tới năm 23 đổi

lieu de la Région Administrative est fixé à Luy Lâu (appelé aussi Long Uyên, province de Bắc Ninh actuelle). Sous la Région Administrativeil y a les provinces, gouvernés par des Gouverneurs Provinciaux. Suivant la loi des Hàn, le Gouverneur Général n'intervient pas directement dans les affaires des provinces. Giao Châu est divisé en 9 provinces :

Nánhăi (Nam Hải en vietnamien),

Hépŭ (Hợp Phố en vietnamien),

Càngwú et Yùlín (Thương Ngô et Uất Lâm en vietnamien), comprenant les deux provinces actuelles de Guăngdōng et Guăngxī (Quảng Đông et Quảng Tây en vietnamien),

Yázhōu et Dànĕr (Châu Nhai et Đạm Nhĩ en vietnamien) (situés sur l'île de Hăinán - Hải Nam en vietnamien).

Les trois provinces du Sud : Giao Chỉ, Cửu Chân et Nhật Nam, qui font partie de notre territoire national actuel.

Sous les provinces on trouve les districts. Dans l'ancien territoire de Âu Lạc, les Lạc Tướng (responsables militaires) conservent les mêmes pouvoirs qu'auparavant. Ainsi, les territoires des anciennes communautés de Văn Lang deviennent des districts pour les Hàn, et les Lạc Tướng des chefs de district. Ces derniers reçoivent des sceaux comme les mandarins mais ne sont pas soumis

qua thành nhà Đông Hán. Chính sách của nhà Tây Hán đối với những vùng đất mới được chinh phục, là " lấy tục của nó mà cai trị". Nhìn chung, chính sách cai trị của nhà Tây Hán đối với dân Lạc tương đối phóng khoáng. Dân Lạc không phải chịu các thứ thuế như ở chính quốc. Triều đình Tây Hán chỉ đòi cống nạp một ít thổ sản như quít, vải, nhãn, chuối... và vài loại hàng quý hiếm ở Trung Hoa như sừng tê giác, ngà voi, đồi mồi. Chính vì thế, trong những năm đầu của triều Tây Hán, hầu như không có cuộc nổi dậy nào của dân Lạc được lịch sử nhắc đến, ngoại trừ cuộc nổi dậy của Tây Vu Vương, một hậu duệ của An Dương Vương, bị dẹp nhanh chóng vào năm 106 TCN. Qua hơn 100 năm dưới sự cai trị của nhà Tây Hán, xã hội dân Lạc không có một biến động nào quan trọng. Nhưng đến những năm đầu của Công nguyên, với sự thay đổi của chính quyền trung ương Hán, lịch sử xã hội

à beaucoup d'obligations.

A l'époque des Hàn on distingue deux périodes. La première correspond au règne des Hàn occidentaux. La seconde débute en 23 : les Hàn deviennent Hàn orientaux. La politique des Hàn occidentaux dans les territoires nouvellement conquis consiste à "gouverner en fonction de leurs coutumes". Dans l'ensemble, la politique appliquée à la population Lạc est relativement tolérante. Les citoyens Lạc ne sont pas soumis aux mêmes impôts que ceux de la métropole. La Cour des Hàn ne demande que quelques tributs en produits locaux tels que mandarines, litchis, longanes, bananes,... et des denrées rares qui n'existent pas en Chine comme les cornes de rhinocéros, les défenses d'éléphant, les écailles de tortue. C'est pourquoi les documents d'histoire ne mentionnent pratiquement pas de soulèvement de la population Lạc durant les premières années de la dynastie des Hàn occidentaux, exception faite du soulèvement de Tây Vu Vương, un descendant de An Dương Vương. Ce soulèvement est rapidement réprimé en 106 av. J.C. Pendant plus de 100 ans de domination par les Hàn occidentaux, il n'y a aucun trouble important. Mais au début de l'ère chrétienne, la société Lạc vit un grand

dân Lạc bước vào một bước ngoặt lớn...

Vào năm 1 TCN, bên Tàu có loạn Vương Mãng nổi lên cướp ngôi nhà Hán, tạo điều kiện cho nông dân, vốn bất mãn vì sưu cao thuế nặng và bị cường hào ác bá áp bức, cùng với các thế lực cát cứ nhiều nơi, đồng loạt nổi dậy. Trong thời gian bên Tàu rối loạn, nhiều người Hán

tournant à cause du changement du pouvoir central des Hàn...

En l'an 1 av. J.C., Wáng Măng (Vương Mãng en vietnamien) se soulève et usurpe le trône des Hàn, créant ainsi des conditions favorisant la rébellion des paysans à plusieurs endroits. Ceux-ci s'associent aux puissants car ils sont mécontents des lourds impôts et de l'oppression par des notables tyranniques. Pendant que des troubles ont lieu en Chine, de

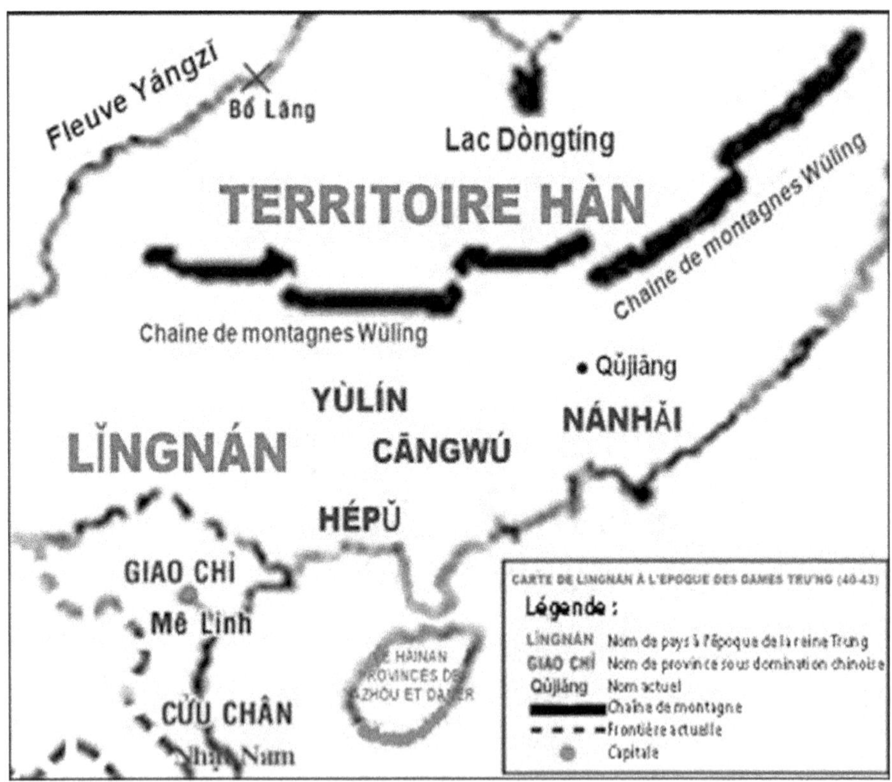

Bản đồ Nam Việt thời nhà Hán với 9 quận
Carte du Nam Việt à l'époque des Hàn, avec les 9 provinces

xuống đất Giao Chỉ sinh cơ lập nghiệp. Đa số thuộc giới thượng lưu, sĩ phu và địa chủ. Họ kết hợp với các quan lại trên đất Giao Chỉ, giúp các vị này can thiệp nhiều hơn vào sinh hoạt xã hội địa phương. Như thế, cuộc Hán hóa bắt đầu. Vào năm 23, dòng dõi nhà Hán dẹp tan chính quyền Vương Mãng, chiếm lại ngôi vua, lập ra nhà Đông Hán, xiết chặt sự kiểm soát trên các lãnh thổ thuộc Hán.

nombreux Hàn viennent s'établir à Giao Chỉ. La plupart font partie de la haute société, de la classe des lettrés et des propriétaires terriens. Ils s'unissent aux mandarins de Giao Chỉ et les aident à intervenir davantage dans la vie sociale locale. Ainsi, la campagne de sinisation commence. En 23, les descendants des Hàn suppriment le gouvernement de Wáng Măng, reprennent le trône, fondent la dynastie des Hàn orientaux et renforcent le contrôle sur les territoires sous leur emprise.

CHÍNH SÁCH CAI TRỊ CỦA NHÀ ĐÔNG HÁN VÀ CUỘC KHỞI NGHĨA CỦA HAI BÀ TRƯNG

POLITIQUE ADMINISTRATIVE DES HÀN ORIENTAUX ET SOULEVEMENT DES DEUX DAMES TRƯNG

Nhìn chung, chính sách cai trị của nhà Tây Hán đối với dân Lạc tương đối phóng khoáng, còn nhà Đông Hán có chính sách cai trị hà khắc hơn. Đứng đầu Giao Châu là một viên Thứ sử, với bảy viên Tòng sự. Các Tòng sự được các Giả tá giúp việc. Giao Châu có bảy quận, mỗi quận do một Thái thú cai trị, với sự trợ lực của nhiều chức sắc. Một bộ máy hành chánh nặng nề, nhưng

D'une façon générale, l'administration des Hàn occidentaux est relativement tolérante vis-à-vis du peuple Lạc alors que les Hàn orientaux sont d'une excessive sévérité. A la tête de Giao Châu se trouve un Gouverneur Général secondé par sept lieutenants-généraux aidés eux-mêmes par des auxiliaires. Giao Châu est divisé en neuf provinces, chacun est gouverné par un Gouverneur Provincial avec l'aide de nombreux

lại không ăn lương của trung ương mà sống bằng thuế thu được của châu và quận. Do đó đã đe dọa trực tiếp vị thế và quyền lợi của các Lạc tướng và người dân. Ngoài ra, còn có tình trạng dân Hán mới qua, dựa vào thế lực của quan quyền người Hán, đã chiếm đoạt đất đai của làng xã dân Lạc, gây nên nỗi thống khổ cùng cực cho dân Lạc Việt.

Dưới đây là bảng kê khai dân số các Quận thuộc Giao Châu, trong thời Bắc Thuộc lần thứ nhất.

dignitaires. Le fonctionnement de l'appareil administratif est lourd mais les dignitaires ne reçoivent pas de salaire du pouvoir central. Ils vivent grâce aux impôts payés par la population de la Région Administrative et des provinces, ce qui représente une menace directe pour la position et les intérêts des Lạc tướng et pour la population. En outre, les nouveaux immigrés Hàn posent problème. Profitant du pouvoir des dignitaires Hàn, ils occupent les terrains communaux et ceux du peuple provoquant ainsi des souffrancesextrêmes dans la population.

Province	District	Famille	Population
Nánhǎi	7	19.613	94.253
Yùlín	11	12.415	71.162
Càngwú	11	24.379	146.160
Hépu	5	23.121	86.617
Giao Chỉ	12	92.379	746.237
Cửu Chân	5	35.743	166.013
Nhật Nam	5	15.460	69.485
Yázhou	?	?	?
Dàner	?	?	?
Total	**56**	**223.110**	**1.379.927**

Khi triều đình Hán cử viên Thái thú Tô Định sang Giao Chỉ cai quản, những tình trạng trên càng trở nên trầm trọng. Bấy giờ ở huyện Mê Linh, còn có các tên khác là Phong Châu hay Văn Lang (thuộc huyện Mê Linh, thành phố Hà Nội bây giờ), có chị em bà Trưng Trắc và Trưng Nhị, là con nhà Lạc tướng dòng dõi Vua Hùng, là những người có cá tính trung trực mạnh mẽ, không chịu ràng buộc theo pháp luật mà Tô Định áp đặt.

Trưng Trắc kết hôn cùng Đặng Thi Sách, là con trai Lạc tướng Chu Diên, bấy giờ đang làm quan tại huyện này. Thi Sách là người phản đối chính sách đàn áp và bóc lột của Tô Định, ông đã viết ra bài "Cổ kim vi chính luận"; nói lên sự áp bức của chế độ và phê phán chính sách đương thời, (đây cũng là bài văn phê phán các quan chức đô hộ đầu tiên trong lịch sử dân tộc Việt Nam). Điều này đã khiến cho Tô Định tức giận giết ông vào năm 40. Căm thù kẻ cai trị ngoại

Ci-après les données relatives à la population de Giao Châu sous la première domination chinoise.

Lorsque la Cour Hàn envoie le Gouverneur Sū Dìng (Tô Định en vietnamien) pour gouverner Giao Chỉ, la situation devient encore plus grave. A cette période, dans le district de Mê Linh (actuellement ville de Hà Nội), autrement appelé Phong Châu ou Văn Lang, vivent les deux sœurs Trưng Trắc et Trưng Nhị. Elles sont filles d'un Lạc tướng descendant des rois Hùng. De caractère loyal, franc et fort, elles ne supportent pas les règles imposées par Sū Dìng. Trưng Trắc est mariée à Đặng Thi Sách, fils du Lạc tướng Chu Diên. Thi Sách est mandarin dans ce district. En contestation de la politique d'oppression et d'exploitation de Sū Dìng, il écrit le "Cổ kim vi chính luận" (littéralement Débat sur la politique d'aujourd'hui et d'autrefois) pour dénoncer l'oppression du régime et critiquer la politique du moment (c'est lepremier texte de l'histoire vietnamienne qui critique les dignitaires de l'occupation). Ce qui met Sū Dìng en colère, et le fait exécuterThi Sách en 40. Poussée

bang bóc lột dân tình nay lại giết chồng mình. Vào tháng 2 năm 40 Trưng Trắc cùng em là Trưng Nhị chính thức phát động khởi nghĩa chống lại nhà Đông Hán. Quân của Hai Bà tấn công Trị sở quận Giao Chỉ ở Mê Linh, khiến Thái thú Tô Định phải bỏ chạy. Sau khi chiếm được nơi đây, Hai Bà Trưng tiến đánh huyện Tây Vu chiếm lấy thành Cổ Loa. Trên đà thắng lợi, từ Cổ Loa Hai Bà Trưng mang quân

par la haine contre le gouverneur étranger qui exploite le peuple et qui tue maintenant son mari, au 2è mois de l'an 40, Trưng Trắc, avec sa sœur cadette Trưng Nhị, déclenche officiellement une insurrection contre la dynastie des Hàn orientaux. Les troupes des deux sœurs Trưng attaquent Mê Linh (Giao Chỉ) et font fuir Sũ Dìng. Ensuite les deux dames Trưng attaquent le district de Tây Vu et s'emparent de la citadelle de Cổ Loa. Sur leur lancée, elles

Hình minh họa cuộc tiến quân của Hai Bà Trưng
Image illustrant l'avancée de l'armée des deux dames Trưng

vượt sông Hoàng, sông Đuống tiến đánh trị sở Giao Châu ở Luy Lâu bên bờ sông Dâu (Bắc Ninh).

Quân hai bà khởi nghĩa như mãnh hổ tấn công quá nhanh, khiến các viên quan nhà Hán không kịp trở tay, không dám chống cự phải bỏ chạy về phương Bắc.

Cuộc khởi nghĩa Hai Bà Trưng được dân chúng khắp nơi hưởng ứng. Quân hai Bà đi đến đâu, như gió lướt đến đấy. Dưới trướng hai Bà, còn nhiều nữ tướng khác như Thánh Thiên Công Chúa, Bát Nàn Công Chúa, bà Lê Chân v.v...

Sau khi thành Luy Lâu bị hạ, các thành khác nhanh chóng tan vỡ và quy phục. Cuộc khởi nghĩa lan rộng vào Cửu Chân, Nhật Nam, sang Uất Lâm, Hợp Phố... Luy Lâu thất thủ đã kéo theo sự sụp đổ của toàn bộ chính quyền Đông Hán tại Giao Châu.

Khởi nghĩa thành công, Hai Bà hạ được 65 thành ở Âu Lạc và Lĩnh Nam, được các Lạc tướng tôn lên làm vua, xưng là Trưng Nữ Vương (hay Trưng Vương), đóng đô

traversent le fleuve Hoàng, puis le fleuve Đuống pour attaquer le chef-lieu de Giao Châu à Luy Lâu, sur les berges du fleuve Dâu (Bắc Ninh). Leur armée d'insurgés est puissante comme un tigre, elle avance tellement rapidement que les mandarins Hàn n'ont pas le temps de se retourner, ils n'osent pas faire face et doivent s'enfuir en Chine.

De toutes parts, la population répond favorablement à l'insurrection des deux dames Trưng. Leur armée avance vite comme le vent. Sous leur direction, plusieurs femmes occupent des postes de généraux comme la princesse Thánh Thiên, la princesse Bát Nàn, madame Lê Chân... Après la chute de Luy Lâu, d'autres citadelles sont détruites et se rendent. L'insurrection s'étend à Cửu Chân, Nhật Nam, puis à Yùlín, Hépǔ,... La chute de Luy Lâu entraine l'effondrement de l'entièreté de l'appareil gouvernemental des Hàn orientaux à Giao Châu.

L'insurrection des deux dames Trưng est une réussite. Elles ont pris 65 citadelles à Âu Lạc et Lǐngnán. Trưng Trắc est couronnée reine par les Lạc tướng, prend le nom de Trưng Nữ Vương

ở huyện Mê Linh thuộc quận Giao Chỉ.

Cuộc khởi nghĩa thành công của Hai Bà Trưng đã chính thức chấm dứt giai đoạn Bắc thuộc lần thứ nhất trong lịch sử Việt Nam.

(littéralement reine Trưng) et elle fixe la capitale au district de Mê Linh, province de Giao Chỉ.

L'insurrection réussie des deux dames Trưng met fin à la première domination chinoise dans l'histoire du Vietnam.

CUỘC CHINH PHẠT CỦA NHÀ HÁN VÀ THÂN THẾ VIÊN TƯỚNG MÃ VIỆN

Mã Viện là một danh tướng của triều đình Nam Hán, đã từng chiến thắng trong nhiều cuộc chinh phạt khắp các miền biên cương, cầm quân chiếm lại lãnh thổ Giao Châu.

Tháng 4 Năm 42, Mã Viện mang 10,000 binh lính từ các Quận Trường Sa, Quế Dương (thuộc tỉnh Hunan) kéo xuống vùng Hợp Phố, kết hợp với thủy quân để tiến vào địa phận Giao Chỉ. Trên đường đi, đại quân của Mã Viện ghé qua Quận Thương Ngô thuộc Giao Châu lúc bấy giờ (nay là thành phố Wuzhou ráp ranh với Guang dong) tuyển

EXPEDITION PUNITIVE DES HÀN ET BIOGRAPHIE DU GENERAL DIRIGEANT MǍ YUÁN

Mǎ Yuán (Mã Viện en vietnamien) est un célèbre général de la Cour des Hàn ; il a été victorieux dans des expéditions punitives dans toutes les régions frontalières. Il est envoyé pour reconquérir les territoires de Giao Châu.

Au 4è mois de l'an 42, Mǎ Yuán amène 10.000 hommes au départ des districts de Chángshā (Trường Sa en vietnamien) et Guìyáng (Quế Dương en vietnamien), situés dans la province de Húnán (Hồ Nam en vietnamien). Il descend dans la région de Hépǔ (Hợp Phố en vietnamien) et s'unit à l'armée fluviale pour progresser vers le territoire de Giao Chỉ. Sur le chemin, la grande armée de Mǎ Yuán s'arrête à la province de Càngwú (Thương Ngô

thêm được 10,000 quân nữa. Năm 43 từ Hợp Phố, đoàn quân của Mã Viện men theo bờ biển, tiến vào Lãng Bạc (Bắc Ninh) giáp chiến với lực lượng của Trưng Nhị. Trận chiến giữa hai bên diễn ra khốc liệt trong nhiều ngày. Theo tự sự sau này của Mã Viện, có lúc ông tưởng sẽ bỏ mạng nơi đây! Sau cùng Mã Viện đã chiến thắng, quân hai Bà tan vỡ phải rút về Cẩm Khê (Phú Thọ). Bị giặc truy kích cùng đường Hai Bà đã tự trầm tại Hát Giang, hôm đó là ngày 6 tháng 2 năm 43. (Hát Giang là tên gọi của khúc sông Đáy, chảy song song với sông Hồng trong địa phận Hà Nội).

Sau khi bình định được Giao Chỉ, Mã Viện đem đại quân vào Cửu Chân tiêu diệt lực lượng của Hai Bà tại đây. Tướng của Trưng Vương là Đô Dương chống cự dũng mãnh, nhưng sau cùng bị thua. Sử Tàu chép trong trận này Mã Viện đã chém và bắt hơn năm ngàn người.

en vietnamien) dépendant alors de Giao Châu, actuelle ville de Wúzhōu (Ngô Châu en vietnamien), limitrophe de Guǎngdōng (Quảng Đông en vietnamien). Il y enrôle 10.000 hommes de plus. En 43, partant de Hépǔ, les troupes de Mǎ Yuán longent le littoral, avancent vers Lãng Bạc (Bắc Ninh) pour livrer bataille aux forces armées de Trưng Nhị. Les combats se déroulent de façon violente pendant plusieurs jours. Selon le journal de Mǎ Yuán, il croit y laisser la vie. Enfin, la victoire penche du côté de Mǎ Yuán, l'armée des deux dames Trưng est brisée et doit se retirer à Cẩm Khê (Phú Thọ). Poursuivies par l'ennemiet en grand danger, les deux dames Trưng se suicident à Hát Giang le 6 du 2è mois de l'an 43 (Hát Giang est le nom donné à un tronçon du fleuve Đáy, coulant parallèlement au fleuve Rouge sur le territoire de Hà Nội). Après avoir pacifié Giao Chỉ, Mǎ Yuán amène sa grande armée à Cửu Chân et y extermine les forces armées des deux dames Trưng. Le général Đô Dương de la reine Trưng se défend vaillamment mais est finalement vaincu. Les documents historiques chinois mentionnent que l'armée de Mǎ Yuán a tué et capturé plus de 5.000 hommes.

CHÍNH SÁCH CỦA NHÀ HÁN SAU CUỘC NỔI DẬY CỦA HAI BÀ TRƯNG

Sau khi chiếm lại được toàn cõi Giao Châu, Mã Viện ở lại thêm một năm, để kiện toàn chế độ cai trị của nhà Đông Hán tại đây trước khi về nước. Chính sách nhà Hán thời này lấy trọng tâm là xóa bỏ vết tích của nước Văn Lang nguyên thủy, mang tính chất trả thù cuộc nổi dậy của Hai Bà Trưng. Ngoài việc giết hại nhiều Lạc tướng và Lạc dân trong cuộc giao tranh, Mã Viện đã đầy 300 người thuộc gia đình thế tộc lên miền Bắc, tại Linh Lăng (tỉnh Honan), ở sâu trong lãnh thổ nhà Hán. Mã Viện cũng chia lại ranh giới các quận, huyện để ngăn cách hoặc phá bỏ các liên hệ gia tộc sẵn có.

Điều quan trọng nhất là Mã Viện đã triệt để phá bỏ các luật lệ, giao ước trong xã hội Văn Lang trước đây, và ép buộc người dân phải tuyệt đối tuân thủ luật của

POLITIQUE DES HÀN APRES LE SOULEVEMENT DES DEUX DAMES TRƯNG

Après avoir conquis tout le territoire de Giao Châu, Mă Yuán y reste encore un an pour y parfaire le régime gouvernemental avant de retourner dans son pays. La politique des Hàn à cette période consiste essentiellement à anéantir tous les vestiges du pays Văn Lang ; elle est animée par l'esprit de vengeance en retour de l'insurrection des deux dames Trưng. Outre la tuerie des Lạc Tướng et du peuple Lạc pendant la guerre, Mă Yuán condamne 300 personnes des familles de dignitaires à une mesure d'éloignement. Il les envoie au Nord, à Línglíng (Linh Lăng en vietnamien), dans la province de Húnán (Hồ Nam en vietnamien), loin dans le territoire chinois. Mă Yuán redéfinit les frontières entre les provinces et les districts pour détruire les liens du passé qui existent entre les clans.

Le plus important est que Mă Yuán détruit systématiquement les anciennes règles et conventions de la société de Văn Lang, et oblige la population à adopter absolument

nhà Hán. Để việc Hán hóa được toàn vẹn, kể từ thời Mã Viện, cư dân các quận Giao Chỉ, Cửu Chân và Nhật Nam bị coi như dân thuộc vùng Lĩnh Nam, tức là một trong các bộ tộc Việt trong nhóm Bách Việt. Danh từ Lạc dân không còn được sử dụng nữa, mà sắc dân gốc Văn Lang nay chính thức được gọi là dân Lạc Việt. Sau những năm dài Bắc thuộc, danh xưng Lạc Việt đã gắn liền với dân tộc Việt Nam nhưng ý chí tự chủ vẫn không thay đổi. Trong khi các nhóm Mân Việt, Âu Việt, Điền Việt, Sơn Việt... thuộc miền Lĩnh Nam đều bị Hán hóa toàn bộ, đã trở thành người Hoa, duy có sắc dân Lạc Việt vẫn giữ vững bản ngã để sau nhiều thế kỷ phấn đấu tiếp tục duy trì một quốc gia độc lập.

le code chinois. Pour parfaire la sinisation, depuis l'époque de Mă Yuán, la population des provinces Giao Chỉ, Cửu Chân et Nhật Nam est considérée comme peuple de la région de Lĭngnán, c'est-à-dire une des communautés du groupe ethnique Băi Yuè (Bách Việt en vietnamien). Le nom de Lạc Dân (littéralement peuple Lạc) n'est plus utilisé, la population d'origine de Văn Lang est désormais officiellement nommée peuple Lạc Việt. Après de longues années de domination chinoise, le nom de Lạc Việt est étroitement lié au peuple vietnamien mais la volonté d'autonomie ne change pas. Pendant que les groupes Mĭnyuè, Ōuyuè, Diānyuè, Shānyuè... (respectivement Mân Việt, Âu Việt, Điền Việt, Sơn Việt...en vietnamien) de la région de Lĭngnán sont tous complètement sinisés, devenus de vrais Chinois, seule la communauté Lạc Việt continue à conserver sa propre identité pour poursuivre la lutte pendant des siècles.

Bắc thuộc lần thứ hai và các cuộc nổi dậy của Bà Triệu, Lý Trường Nhân, Lý Thúc Hiển

DEUXIEME DOMINATION CHINOISE ET SOULEVEMENTS DE LA DAME TRIỆU, DE LÝ TRƯỜNG NHÂN ET DE LÝ THÚC HIỂN

Cuộc khởi nghĩa của hai Bà Trưng bị nhà Hán dập tắt, đã đưa nước ta quay trở lại thời kỳ Bắc thuộc lần thứ hai kéo dài 500 năm. Tuy thời gian dài như vậy nhưng dân tộc Lạc Việt vẫn không bị Hán hoá, mà vẫn duy trì được bản sắc để phấn đấu trở thành một nước độc lập. Trong một chuỗi giao tranh đẫm máu suốt thời gian này, nếu chỉ căn cứ vào năm tháng đã xảy ra các cuộc biến động, các thế hệ về sau sẽ khó mà hiểu được,

La répression de l'insurrection des deux dames Trưng par la dynastie des Hàn envoie de nouveau notre pays sous la domination chinoise qui va durer 500 ans. Malgré cette longue durée, le peuple Lạc Việt n'est toujours pas sinisé mais continue à conserver ses caractériques et à lutter pour l'indépendance du pays. Les générations ultérieures auront des difficultés à comprendre les événements si elles ne se basent que sur les dates d'une longue série de guerres qui ont lieu pendant

chưa nói là nhớ các chi tiết lịch sử liên hệ. Các cuộc biến động đó, cần được theo dõi trong khung cảnh chính trị thời bấy giờ. Sau đây là 4 sự kiện chính xảy ra trong 500 năm đó:

cette période. Les événements doivent être replacés dans leur contexte politique d'alors. Ci-après les quatre principaux événements qui se sont déroulés durant ces 500 ans

SỰ THAY ĐỔI LIÊN TIẾP CỦA CÁC TRIỀU ĐẠI THỐNG TRỊ TỪ PHƯƠNG BẮC

Bắc triều thống trị Giao Châu vào năm 43; khởi đầu là nhà Đông Hán, sau đó là nhà Đông Ngô. Năm 280 Đông Ngô bị thay thế bởi nhà Tấn. Tới năm 502 nắm giữ số phận Âu Lạc là nhà Lương, nhà Trần, rồi nhà Tùy là những kẻ thống trị sau cùng. Sự thay đổi liên tiếp do có sự suy yếu, tương tranh và chuyển tiếp giữa nhiều triều đại bên Tàu nên đã đưa tới 3 sự việc quan trọng sau đây:

Chính sách nhu viễn: Trong 150 năm Bắc thuộc đầu tiên, tại Giao Châu có ít nhất 4 cuộc nổi dậy quan trọng của người Việt. Cùng

CHANGEMENTS SUCCESSIFS DES DIFFERENTES DYNASTIES DOMINATRICES DU NORD

La domination chinoise à Giao Châu commence avec la dynastie des Hàn orientaux (Đông Hán en vietnamien) en 43 et se prolonge avec la dynastie des Wú orientaux (Đông Ngô en vietnamien) en 196. En 280, les Wú orientaux sont remplacés par la dynastie des Jìn (Tấn en vietnamien). A partir de 502 le sort de Giao Châu est entre les mains des Liáng (Lương en vietnamien), des Chén (Trần en vietnamien) puis des Suí qui sont les derniers colonisateurs. Les changements successifs dûs à l'affaiblissement des dynasties chinoises, aux affrontements entre elles et à leur succession induisent les trois faits importants suivants :

Politique de souplesse.

lúc nhà Hán cũng phải liên tục chống đỡ với sự vùng lên của dân Trung Hoa và các cuộc chiến chinh của các bộ tộc hiếu chiến lân cận, nên buộc triều đình bên Tàu phải thi hành chính sách mềm mỏng đối với dân tại phần đất xa xôi này.

Thành công nhất của Hán triều là việc dùng Sĩ Nhiếp trong chức vụ Thái thú quận Giao Chỉ (thuộc Giao Châu). Họ Sĩ sinh sống tại Giao Chỉ rất được lòng dân chúng địa phương, tuy thần phục Hán triều nhưng đường lối cởi mở tiếp nhận các luồng văn hóa khác đến từ phương Nam, mở mang giao thương, biến Giao Chỉ thành một nơi bình yên và thịnh vượng. Về cung cách, Sĩ Nhiếp hành sử như một vị vua hùng cứ một phương. Sau khi Sĩ Nhiếp chết, triều đình phương Bắc lúc đó chuyển sang nhà Ngô. Ngô triều quyết định nắm lại quyền cai trị trực tiếp tại Giao Chỉ, cử Lữ Đại đem quân chiếm đóng, chấm dứt chính sách nhu

Pendant les 150 ans de la première domination chinoise, quatre insurrections importantes se sont produites à Giao Châu. La dysnastie des Hàn doit continuellement faire face simultanément aux soulèvements du peuple chinois et aux guerres avec les communautés belliqueuses des régions limitrophes, par conséquent elle doit appliquer une politique de souplesse dans les territoires lointains. La plus grande réussite est la nomination de Sĩ Nhiếp (Shì Xiè en chinois) au poste de Gouverneur de la provinve de Giao Chỉ (situé dans la Région Administrative de Giao Châu). Sĩ Nhiếp est né et vit à Giao Chỉ, il est aimé de la population. Bien qu'il prête allégeance à la dynastie des Hàn il est ouvert à d'autres cultures venant du Sud. Il développe le commerce et transforme ainsi Giao Chỉ en un lieu paisible et prospère. Dans ses agissements, il se comporte comme un souverain. Après sa mort, la Cour du Nord tombe entre les mains de la dynastie des Wú qui décide de gouverner directement Giao Chỉ. Les Wú envoient Lǚ Dà (Lữ Đại en vietnamien) occuper Giao Chỉ avec son armée. La politique de souplesse s'achève et commence

viễn và tiến hành một cuộc đàn áp thô bạo tại đây.

Việc chia cắt Giao Châu thành hai phần: Giao Châu thời Mã Viện được nhà Ngô chia thành 2 châu: Quảng Châu gồm vùng Lĩnh Nam và Giao Châu là vùng Âu Lạc trước đây. Quyết định này được thi hành vào năm 211. Sự chia cắt này có tác dụng giúp cho vùng đất Lạc Việt ít bị Hán hoá.

Để khỏi bị lầm lẫn, kể từ năm 211, danh từ Giao Châu trong sử liệu sẽ được thay bằng Âu Lạc.

Sự xuất hiện của nước Lâm Ấp ở phía nam Giao Châu.

Nước Lâm Ấp hình thành từ những cuộc bạo loạn vào năm 100 tại huyện Tượng Lâm thuộc quận Nhật Nam. Khi đó, Bắc triều không chống đỡ nổi người dân và cuộc tấn công từ phía Nam nên phải nhượng bộ, để quận Nhật Nam chính thức trở thành nước Lâm Ấp vào năm 190. Sự ra đời của nước Lâm Ấp có tác dụng khuyến khích ý chí

alors une période de tyranie brutale.

Découpe de Giao Châu en 2 parties. Giao Châu de l'époque de Mă Yuán (Mã Viện en vietnamien) est divisée en 2 Régions Administratives par les Wú : Guăngzhōu (Quảng Châu en vietnamien) reprenant la région de Lĭngnán (Lĩnh Nam en vietnamien) et Giao Châu, la région appelée Âu Lạc précédemment. Cette division a pour effet que la sinisation est moins forte sur les terres de Lạc Việt.

Pour éviter toute confusion, à partir de l'an 211, dans ce document historique,le nom de Giao Châu sera remplacé par Âu Lạc

Apparition du pays Linyi au sud de Giao Châu

Le pays Linyi (Lâm Ấp en vietnamien) prend naissance à partir des émeutes des années 100 au district de Tượng Lâm dans province de Nhật Nam. A cette période, la Cour du Nord n'arrive pas à affronter les émeutes populaires et les attaques venant du Sud, elle doit faire des concessions et accepter que la province de Nhật Nam devienne

độc lập của người Việt đối với phương Bắc. Nhưng nó cũng đẩy nước Việt sau đó luôn luôn phải đối đầu với hai chiến tuyến trong các cuộc chiến tranh với Nước Tàu ở phía bắc và Lâm Ấp (sau là Chiêm Thành) tại phương nam.

officiellement le pays de Linyi en 190. La naissance de Linyi renforce la volonté d'indépendance des Vietnamiens vis-à-vis du Nord, mais elle met le Vietnam dans l'obligation de faire face à deux fronts dans la guerre contre la Chine au Nord et contre le Linyi (devenu Champa plus tard) au Sud.

CÁC CUỘC NỔI DẬY CỦA DÂN ÂU LẠC SAU KHI CHÍNH SÁCH NHU VIỄN CHẤM DỨT

Chính sách nhu viễn (mềm dẻo với các địa phương ở xa) của Bắc triều chính thức chấm dứt vào năm 226, khi Tôn Quyền triệt hạ Sĩ Huy (con của Sĩ Nhiếp) và cử Lữ Đại đem quân chiếm đóng Giao Chỉ và Cửu Chân. Vùng Nhật Nam lúc này đã là nước Lâm Ấp, một nước có giao hảo với nhà Ngô, nên không còn được coi như quận huyện thuộc Bắc triều. Lữ Đại chủ trương chính sách đàn áp dân Việt, sau đó đưa quan lại nhà Ngô sang cai trị, thi hành chính sách vơ vét tham tàn, dân tình vô cùng khốn đốn.

SOULEVEMENTS DE LA POPULATION DE GIAO CHÂU APRES LA FIN DE LA POLITIQUE DE SOUPLESSE

La politique de souplesse de la Cour du Nord s'achève en 226 quand Sūn Quán (Tôn Quyền en vietnamien) supprime Sĩ Huy (fils de Sĩ Nhiếp) et envoie Lǚ Dà avec son armée occuper Giao Chỉ et Cửu Chân. La région de Nhật Nam, devenue pays Linyi à cette période, a des relations avec la dynastie des Wú et par conséquent elle n'est plus considérée comme un territoire dépendant de la Chine. Lǚ Dà applique une politique d'oppression brutale à l'égard de la population vietnamienne, il fait venir des mandarins de la dynastie des Wú qui pratiquent le pillage avec cupidité. Ce qui rend la population extrêmement malheureuse.

Cuộc nổi dậy của Bà Triệu

Năm 247 Lâm Ấp đem quân tấn công Cửu Chân và làm rúng động Âu Lạc. Đồng thời với cuộc tấn công của Lâm Ấp là cuộc nổi dậy của Bà Triệu tại Cửu Chân. Bà Triệu là người thuộc một bộ tộc miền núi dòng dõi Lạc tướng từ thời Hùng Vương, đã tạo được nhiều chiến thắng vẻ vang chống giặc Ngô. Tuy thành quả của bà không được lớn rộng như dưới thời Trưng Vương, nhưng đã ghi dấu ấn quan trọng, ngay cả sử Tàu cũng phải thừa nhận. Cuộc nổi dậy của Bà Triệu, tức Triệu Trinh Nương, chỉ kéo dài được 3 năm nhưng đã được dân Việt ngưỡng mộ. Bà đã để lại câu nói bất hủ trong sử nước ta:

"Ta chỉ muốn cưỡi cơn gió mạnh, đạp luồng sóng dữ, chém cá tràng kình tại biển Đông, đánh đuổi quân Ngô, dựng lại giang sơn, cứu dân ra khỏi nơi đắm đuối, chứ không chịu khom lưng làm tỳ thiếp người ta".

Sau cuộc khởi nghĩa thất bại của Bà Triệu, trong 200

Insurrection de la dame Triệu.

En 247, Linyi attaque Cửu Chân et fait trembler Giao Châu. L'insurrection de la dame Triệu a lieu à Cửu Chân en même temps que l'attaque de Linyi. La dame Triệu, de son vrai nomTriệu Trinh Nương, appartient à une communauté montagnarde; elle descend d'un Lạc tướng de l'ère des rois Hùng et a remporté plusieurs victoires glorieuses contre l'ennemi Wú. Bien que ses succès ne soient pas aussi grandioses que ceux de la reine Trưng, ils constituent un fait marquant reconnu par les documents historiques chinois eux-mêmes.L'insurrection de la dame Triệu ne dure que trois ans mais elle a forcé l'admiration du peuple vietnamien. Elle a laissé une phrase immortelle dans l'histoire de notre pays : "Je ne veux que chevaucher le grand vent, marcher sur les grosses vagues, sabrer les baleines à la mer de l'Est, rebâtir le pays, sauver la population de la misère, je ne peux me résigner à courber l'échine pour être une servante"

Après l'échec de l'insurrection de la dame Triệu, la situation

năm kế tiếp, tình hình Âu Lạc lúc thì ổn định, lúc biến loạn. Nhưng các cuộc biến loạn này không mang tính chất sự nổi dậy của dân Âu Lạc chống lại sự thống trị của Bắc phương, mà có nhiều sắc thái là sự nối tiếp của những tranh chấp tại bên Tàu, trong đó triều đại này đã thay thế cho triều đại khác, mà Âu

à Giao Châu est tantôt paisible tantôt troublée. Ces troubles ne proviennent pas des insurrections de la population de Giao Châu contre la domination du Nord mais plutôt des conflits en Chine. Plusieurs dynasties se succèdent et Giao Châu fait partie du territoire où se déroulent les conflits. Il est à remarquer que pendant ces 200 ans, la population de Giao Châu a connu

Đền thờ Bà Triệu tại Thanh Hóa
Temple de la dame Triệu à Thanh Hóa

Lạc là một phần trong lãnh thổ tranh chấp. Điều cần ghi nhớ là trong 200 năm này, dân Âu Lạc đã có một thời kỳ sống trong cảnh thái bình thịnh trị, đó là thời gian Đỗ Tuệ Độ, một cư dân Giao Chỉ được suy cử trong chức vụ Thứ sử.

Cuộc nổi dậy của Lý Trường Nhân và Lý Thúc Hiến

Năm 468 khi Thứ sử Giao Châu là Trương Mục chết. Lợi dụng cơ hội, Lý Trường Nhân là dân gốc Lạc Việt nổi lên cướp chính quyền, sát hại hầu hết các di dân mới từ bên Tàu qua. Tự phong mình là Thứ sử Giao Châu.

Bắc triều lúc đó là nhà Tống cử Ngô Hỷ rồi Tống Phụng Bá sang đoạt lại chức, nhưng không ai dám đi. Sau đó nhà Tống phải cử Lưu Bột cầm quân qua chinh phạt. Khi Lưu Bột qua tới Âu Lạc, Lý Trường Nhân giàn quân ra chống cự. Lưu Bột không sao thắng nổi. Tống triều miễn cưỡng phải chấp nhận để Lý Trường Nhân tiếp tục làm Thứ sử Giao Châu. Được vài năm, Trường Nhân chết, người em

une période de paix, il s'agit de l'époque durant laquelle Đỗ Tuệ Độ, un habitant de Giao Chỉ, est Gouverneur.

Insurrections de Lý Trường Nhân et Lý Thúc Hiến. En 468, profitant de la mort du Gouverneur de Giao Châu, Zhāng Mù (Trương Mục en vietnamien), Lý Trường Nhân, d'origine Lạc Việt, s'empare du pouvoir, tue presque la totalité des immigrés chinois et se proclame Gouverneur de Giao Châu. La Cour du Nord d'alors,appartenant à la dynastie des Sòng, désigne Wú Xǐ (Ngô Hỷ en vietnamien) puis Tong Phung Ba pour reprendre la place de gouverneur. Tous deux refusent cette désignation. Ensuite, la dynastie des Sòng doit désigner Liú Bò (Lưu Bột en vietnamien) pour conduire une expédition punitive. A l'arrivée de Liú Bò, Lý Trường Nhân dispose ses troupes pour le combattre. Liú Bò n'arrive pas à remporter la victoire. La Cour des Sòng, malgré elle, doit accepter que Lý Trường Nhân reste au poste de Gouverneur. Quelques années plus tard, Lý Trường

họ là Lý Thúc Hiến lên thay thế, nhưng Tống triều không chịu, cử Thẩm Hoán qua thay thế. Thẩm Hoán bị toán quân của Lý Thúc Hiến vốn được lòng dân địa phương đánh khiến phải quay về Uất Lâm rồi chết tại đây. Do đó Lý Thúc Hiến đương nhiên cai quản một vùng tự trị, tuy danh hiệu chưa được gọi là một nước.

Vào năm 479, nhà Tề thay thế nhà Tống, Lý Thúc Hiến tiếp tục không thần phục và cầm cự được 6 năm. Đến năm 485 nhà Tề cử quân qua chinh phạt, Thúc Hiến thua và Giao Châu lại rơi vào tay các quan lại phương Bắc.

Như vậy, kể từ cuộc khởi nghĩa của Hai Bà Trưng, cuộc nổi dậy của anh em Lý Trường Nhân và Lý Thúc Hiến với 17 năm tự trị là quan trọng hơn cả. Cuộc tàn sát các quan lại và di dân người Hán vào năm 468 bởi Lý Trường Nhân, tuy mang tính cực đoan, nhưng cũng phần nào thể hiện một tinh thần dân tộc độc lập trước thế lực phương Bắc.

Nhân décède. Un de ses cousins, Lý Thúc Hiến le remplace mais la Cour des Sòng ne veut pas de celui-ci . Elle désigne Tham Hoan pour le remplacer. Les troupes de Lý Thúc Hiến, qui ont la faveur de la population locale, attaquent Tham Hoan. Ce dernier doit retourner à Yùlín et y décède. Lý Thúc Hiến, de facto, gouverne une région autonome, même si ce n'est pas un état.

En 479, la dynastie des Qí (Tề en vietnamien) remplace celle des Sòng. Lý Thúc Hiến, de nouveau, ne lui prête pas allégeance et lui résiste pendant 6 ans. En 485, la dynastie des Qí envoie une expédition punitive, Thúc Hiến est battu et Giao Châu retombe entre les mains des mandarins du Nord.

Ainsi, depuis l'insurrection des deux dames Trưng, celle des deux cousins Trường Nhân et Lý Thúc Hiến est la plus importante en apportant au pays 17 ans d'autonomie. Bien que le massacre des mandarins et des immigrés Hàn en 468 par Lý Trường Nhân ait un caractère extrémiste, il traduit néamoins l'esprit indépendant du peuple face à la puissance de Nord.

SỰ ĐỊNH HÌNH CỦA XÃ HỘI VÀ DÂN TỘC LẠC VIỆT

Khởi đi từ xã hội Lạc dưới thời các Vua Hùng, vùng Âu Lạc đã là cửa ngõ đón nhận các nền văn hóa Nam phương, hòa đồng với văn hóa Hán từ phương Bắc. Âu Lạc là một trong hai cửa ngõ để đạo Phật từ Đông Nam Á hòa nhập vào Nước Tàu. Thành Luy Lâu dưới thời Sĩ Nhiếp là trung tâm

FORMATION DE LA SOCIETE ET DU PEUPLE LẠC VIỆT

A l'origine de la société des Lạc sous le règne des rois Hùng, la région de Giao Châu est déjà la porte ouverte aux cultures du Sud qui se mélangent en parfaite harmonieavec la culture chinoise du Nord. Giao Châu est un des deux points d'entrée du Bouddhisme en Chine via l'Asie de Sud-Est. A cette époque, la ville de Luy Lâu, chef-lieu de la région

Chùa Dâu, di tích Phật giáo tại Luy Lâu
Pagode Dâu, vestige du Bouddhisme à Luy Lâu

Phật học lớn cho toàn vùng trong thời gian đó.

Song song với việc phổ biến Phật giáo, trong thời gian Trung Nguyên loạn lạc, Âu Lạc cũng là nơi lưu ngụ cho nhiều học giả người Hán chạy xuống miền Nam lánh nạn, đó là lý do dưới thời Sĩ Nhiếp cả ba trào lưu Nho, Phật, Lão đều được thịnh hành và là nền tảng cho văn hóa Lạc Việt.

Bên cạnh lĩnh vực văn hóa, về kinh tế, ngành trồng lúa nước hai mùa với nông cụ bằng sắt, làm ra lúa gạo sung túc cho cuộc sống, cũng là đặc trưng của Âu Lạc. Ngoài ra còn các loài thảo mộc nhiệt đới khác, đã giúp cho Âu Lạc không những phát triển được ngành trồng dâu nuôi tằm, dệt lụa mà còn cả ngành trồng bông, dệt vải, làm giấy, các lâm sản và hương liệu khó kiếm, chưa kể tới ngành sản xuất vật dụng thủy tinh và mỹ nghệ.

Về sắc thái lối sống của con người Lạc Việt, cũng mang màu sắc riêng biệt khiến trong nhiều thế kỷ

administrative sous Sĩ Nhiếp, est un grand centre d'étude du bouddhisme dans toute la région.

Pendant la période de troubles en Chine, de nombreux érudits chinois se sont réfugiés au Sud. C'est pourquoi, sous la gouvernance de Sĩ Nhiếp, parallèlement à la popularisation du Bouddhisme, le Confucianisme et le Toaïsme sontlargement répandus. Ces trois courants philosophiques constituent la base de la culture Lạc Việt.

A côté du domaine culturel, en matière économique, la culture de riz humide, avec deux récoltes annuelles et l'utilisation d'outils en fer, est une caractéristique de Giao Châu qui rend florissante la vie de la population. Par ailleurs, d'autres végétaux tropicaux aident Giao Châu non seulement à développer l'élevage des vers à soie, le tissage de la soie mais aussi la culture de fleurs, le tissage du tissu, la fabrication du papier, la récolte de produits forestiers et d'aromates rares, sans compter la fabrication d'objets en verre et la production d'objets d'art.

Le mode de vie du peuple Lạc Việt revêt aussi un caractère particulier, ce qui fait qu'il n'est

Bắc thuộc, người Việt đã không bị Hán hóa. Họ là hậu duệ của Lạc dân từ thời Hùng Vương như: Triệu Trinh Nương, Lý Trường Nhân, Lý Thúc Hiển, hay những cư dân đã được Việt hóa qua nhiều thế hệ sinh sống tại Âu Lạc như Sĩ Nhiếp, Đỗ Tuệ Độ. Chính những nhà lãnh đạo nêu trên, và người dân Lạc Việt, đã giúp cho Âu Lạc không hòa nhập vào với Bắc triều trong mấy trăm năm dài bị cai trị.

pas sinisé malgré de nombreux siècles de domination chinoise. Il est constitué de descendants de la communauté Lạc des Rois Hùng comme Triệu Trinh Nương, Lý Trường Nhân, Lý Thúc Hiển ou de personnes qui ont été vietnamiennisées après plusieurs générations ayant vécu à Giao Châu comme Sĩ Nhiếp, Đỗ Tuệ Độ (Dù Huìdù en chinois). Les dirigeants cités ci-dessus et le peuple Lạc Việt ont aidé Giao châu à se distinguer des dynasties du Nord durant de nombreux siècles sous leur administration.

Lý Bí chấm dứt bắc thuộc lần thứ hai
Thành lập nhà Tiền Lý và nước Vạn Xuân

FIN DE LA DEUXIEME DOMINATION CHINOISE PAR LÝ BÍ, FONDATION DE LA DYNASTIE DES LÝ ANTERIEURS ET DU PAYS VẠN XUÂN

Giai đoạn Bắc thuộc lần thứ hai, bắt đầu năm 43 sau khi tướng Mã Viện nhà Đông Hán đánh bại cuộc khởi nghĩa của Hai Bà Trưng. Giai đoạn này kéo dài 500 năm, và chấm dứt vào năm 542 với cuộc khởi nghĩa của Lý Bí.

La période de la deuxième domination chinoise commence en 43, après que le général Mă Yuán (Mã Viện en vietnamien) de la dynastie des Han orientaux a écrasé le soulèvement des deux dames Trưng. Cette période a duré 500 ans et s'est terminée en 542 avec le soulèvement de Lý Bí.

CUỘC KHỞI NGHĨA CỦA LÝ BÍ, TINH THIỀU VÀ TRIỆU TÚC VÀO NĂM 542

SOULEVEMENT DE LÝ BÍ, TINH THIỀU ET TRIỆU TÚC EN L'AN 542

Lý Bí và Tinh Thiều là cư dân tại Âu Lạc từ nhiều thế hệ, thuộc các gia đình cự

Lý Bí et Tinh Thiều font partie de la population qui a immigré à Âu Lạc depuis plusieurs générations. Ils

phách tại đây. Cả hai ông đều thấm nhuần Hán học, nổi tiếng tài cao học rộng và đã lên kinh đô nhà Hán thi thố tài năng, nhưng đều thất vọng về những đãi ngộ nhận được, nên trở về lại Âu Lạc. Lý Bí kết thân với Triệu Túc, quê quán tại vùng đầm lầy thuộc Châu Diên, là người gốc Lạc Việt thuần túy. Vùng này đồng thời cũng là nơi tập hợp nhiều gia đình gốc Lạc dân hồi trước, tụ hội về đây vì không muốn hội nhập vào phần xã hội đã bị Hán hóa.

Lúc bấy giờ nhà Lương cai trị Nước Tàu. Với chủ trương đặt người tin cẩn cai quản các nơi quan trọng như quan Thứ sử Âu Lạc là Tiêu Tư, một tôn thất nhà Lương, là một viên quan nổi tiếng tham lam và tàn bạo khiến muôn dân cơ cực và bất mãn. Vì thế vào đầu năm 542 khi Lý Bí nổi lên dành quyền tự chủ cho Âu Lạc, dân chúng theo rất đông. Sử Tàu chép rằng: Trước thế mạnh của người dân nổi dậy khắp nơi, và nhất là vốn dĩ chỉ lo vơ vét làm giầu, Tiêu Tư thấy vậy vội cầu hoà với Lý Bí và xin

appartiennent à d'illustres familles de l'endroit.Tous les deux sont imprégnés de la culture chinoise et ont la réputation d'être de talentueux érudits. Ils partent à la capitale chinoise pour se faire une situation mais, déçus par le traitement qu'ils reçoivent, ils retournent à Giao Châu. Lý Bí fraternise avec Triệu Túc, de pure souche Lạc Việt, issu de la région marécageuse de Châu Diên. La région de Châu Diên est aussi le lieu de regroupement de nombreuses familles d'origine du peuple Lạc (Lạc Dân) d'autrefois. Elles s'y regroupent parce qu'elles ne veulent pas s'intégrer à la société sinisée à Giao Châu.

A cette époque la dynastie des Liáng (Lương en vietnamien) règne sur la Chine. Elle applique la politique consistant à nommer les personnes de confiance aux postes importants. Ainsi, elle a placé Xiao Zi (Tiêu Tư en vietnamien), un membre de la famille royale Liáng, au poste de Gouverneur Général de Giao Châu. Xiao Zi est un mandarin réputé pour sa cupidité et sa cruauté, ce qui rend la population misérable et mécontente. C'est pourquoi, au début de l'an 542, quand Lý Bí se soulève pour obtenir l'autonomie de Giao Châu, nombreuse est la population qui le suit. Les documents historiques chinois mentionnent : face à la puissance du soulèvement populaire,

về Quảng Châu để giữ mạng sống.

Ba tháng sau, vào giữa năm 542, nhà Lương bắt đầu phản công. Lý Bí không những đã chiến thắng dễ dàng quân Tàu, mà còn chiếm được toàn vùng Âu Lạc trước đây. Vào cuối năm 542, Lương triều cử quân sang chinh phạt Lý Bí lần thứ hai. Khi mới tới Hợp Phố thì đã bị quân sĩ của Lý Bí từ phía Nam tràn qua đánh bại một lần nữa, tàn quân phải bỏ chạy về Quảng Châu.

Lợi dụng Âu Lạc có loạn, quân Lâm Ấp tràn sang tấn công quận Đức Châu. Sau khi phá được quân nhà Lương, tới giữa năm 543, Lý Bí sai tướng Phạm Tu mang quân đánh Lâm Ấp giữ yên biên giới phía Nam từ đó.

Xiao Zi, de nature cupide, s'empresse de demander la cessation des hostilités et son transfert à Guangzhou (Quảng Châu en vietnamien) pour sauver sa tête.

Trois mois plus tard, dans l'année 542, la dynastie des Liáng commence sa contre-offensive. Lý Bí non seulement remporte facilement la victoire mais s'empare aussi de l'entièreté de la région de l'ancien Âu Lạc. A la fin de l'an 542, la dynastie des Liáng envoie une armée pour combattre Lý Bí une deuxième fois. Lorsque cette armée arrive à Hợp Phố, elleest vaincue par les troupes de Lý Bí et le reste de l'armée défaite doit s'enfuir vers Guangzhou (Quảng Châu en vietnamien).

Profitant des troubles à Âu Lạc, l'armée du pays Linyiattaque le district de Đức Châu. Après avoir défait les Liáng, au milieu de l'an 543, Lý Bí envoie le général Phạm Tu combattre le Linyi. Les frontières du Sud sont pacifiées depuis lors.

SỰ THÀNH LẬP NƯỚC VẠN XUÂN

Sau khi đã dẹp yên phương Bắc, bình định phương Nam, tháng 2 năm 544, Lý Bí chính thức lên ngôi hoàng đế, xưng là Nam Việt Đế (còn gọi là Lý Nam Đế), đặt quốc

CREATION DU PAYS VẠN XUÂN

Après avoir pacifié le Nord et le Sud, au 2è mois de l'an 544, Lý Bí monte officiellement sur le trône d'empereursous le nom de Nam Việt Đế (dit Lý Nam Đế) - Empereur des Vietnamiens du Sud -, et donne le nom

hiệu là Vạn Xuân; ý mong xã tắc được bền vững tốt đẹp muôn đời. Lý Nam Đế phong Triệu Túc làm Thái phó (chức vụ cao nhất triều đình). Tinh Thiều làm quan văn, Phạm Tu làm tướng võ. Xây đài Vạn Xuân làm nơi triều hội. Lý Phục Man được phong chức Tướng quân, coi một vùng từ Đỗ Động (Hà Đông) tới Đường Lâm (Sơn Tây) để phòng bị mặt tây và tây bắc.

Trách vụ của Triệu Túc cho thấy nhà vua đặc biệt coi trọng vai trò của người bản địa. Việc bố trí nhân sự này thể hiện sự hợp tác chặt chẽ giữa người Việt gốc Lạc dân thời Hùng Vương và các cư dân đã được Việt hóa tại Âu Lạc; kết lại thành một thực thể độc lập với phương Bắc.

CUỘC CHINH PHỤC NƯỚC VẠN XUÂN CỦA NHÀ LƯƠNG

Vai trò lịch sử của nhà Lý hiện hữu từ năm 542, chính thức vào năm 544. Năm 545 nhà Lương cử tướng Trần

de Vạn Xuân (dix mille printemps) à la nation, avec l'espoir que la patrie reste stable de façon satisfaisante éternellement. Lý Nam Đế nomme Triệu Túc au poste de premier dignitaire de la Cour (Thái phó en vietnamien). Il confie à Tinh Thiều la charge des affaires civiles, à Phạm Tu celle des affaires militaires. Il fait bâtir le monument Vạn Xuân où la Cour tient séance. Lý Phục Man est promu au titre de Général commandant, chargé de l'administration de la région allant de Đỗ Động (Hà Đông) jusqu'à Đường Lâm (Sơn Tây), pour défendre le front Ouest et Nord-Ouest.

Les responsabilités confiées à Triệu Túc laissent penser que le roi prend particulièrement en considération les autochtones. Cette attitude du roi rend possible l'étroite collaboration entre les Vietnamiens d'origine Lạc et les immigrés vietnamisés à Âu Lạc. Ces deux communautés constituent une entité indépendante du pays du Nord.

CONQUÊTE DU PAYS VẠN XUÂN PAR LA DYNASTIE DES LIÁNG (LƯƠNG EN VIETNAMIEN)

La dynastie des Lý joue un rôle historique depuis 542, qui devient officiel en 544.En 545, la dynastie des Liáng envoie Chén Bàxiān (Trần

Bá Tiên đem quân qua đánh chiếm. Tháng 6-545, Lý Bí bị thua đạo quân nhà Lương ở Long Biên, phải rút về cửa sông Tô Lịch. Bá Tiên truy đuổi khiến quân Lý Bí phải rút về giữ thành Gia Ninh. Tại đây, Lý Bí cũng chỉ cầm cự được vài tháng, đến đầu năm 546 phải chạy về động Khuất Liêu, để lại một cánh quân do tướng Triệu Quang Phục (con của quan thái phó Triệu Túc) chỉ huy, tiếp tục kháng cự quân Lương tại thung lũng sông Hồng.

Sau khi rút về Khuất Liêu, Lý Nam Đế kết liên được với các bộ tộc người Lão (sắc dân Thái hiện nay), thu phục được vài chục ngàn quân kéo ra kháng cự trở lại với Trần Bá Tiên. Lý Nam Đế đóng quân tại hồ Điển Triệt, thuyền bè đậu kín dưới hồ, khí thế thật hùng tráng khiến bên quân Trần Bá Tiên có phần nao núng. Không may vào một đêm, đột nhiên nước sông lên cao chẩy ngược vào hồ, thủy quân của Bá Tiên tràn theo dòng nước tấn công, bên Lý

Bá Tiên en vietnamien) et son armée pour mener une guerre d'invasion. Au 6è mois de l'an 545, Lý Bí, défait par l'armée Liáng, se retire à l'embouchure du fleuve Tô Lịch. Pourchassé par Bàxiān, il se replie dans la citadelle de Gia Ninh où il ne peut résister que quelques mois et doit partir dansles terres de la tribu de Khuất Liêu. Il laisse une partie de son armée sous le commandement du général Triệu Quang Phục (fils du Premier Dignitaire Triệu Túc) qui continue à résister aux Liáng dans la vallée du fleuve Hồng (fleuve Rouge).

Après son retrait à Khuất Liêu, Lý Nam Đế arrive à s'allier avec les communautés Lão (ethnie Thaï actuellement) et il attire quelques milliers de soldats pour s'opposer à Chén Bàxiān. Le roi déplace sa base au lac Điền Triệt. Les navires occupent la totalité de la surface du lac, montrant ainsi un grand potentiel guerrier, ce qui fait fléchir les troupes de Chén Bàxiān. Malheureusement, une nuit, le niveau du fleuve s'élève et de l'eau s'écoule vers le lac. La marine de Chén Bàxiān suit le cours de l'eau et envahit le lac. Lý Nam Đế n'a pas le temps de se retourner et il essuieune débâcle. Le roi doit revenir sur les terres de la tribu de Khuất Liên et décède de

Nam Đế trở tay không kịp, bị tan vỡ, nhà Vua lại phải tháo lui về động Khuất Liêu một lần nữa rồi hai năm sau bị bệnh chết.

Cánh quân của Triệu Quang Phục trước thế giặc quá mạnh, phải lui về giữ đầm Dạ Trạch (Hưng Yên ngày nay), dựa vào địa thế vùng lầy lội, có nhiều nơi nước sâu, rộng, kế bên những bãi lau sậy phủ kín, tiến binh rất khó. Phía Triệu Quang Phục dùng thuyền nhẹ, áp dụng lối đánh du kích trong nhiều năm, quân nhà Lương không sao dẹp nổi.

Năm 548, hay tin Lý Nam Đế mất, Triệu Quang Phục xưng vương, hiệu là Triệu Việt Vương. Vào lúc này bên Tàu có loạn lớn, Trần Bá Tiên bị triệu hồi về nước nên trao quyền cho tỳ tướng là Dương Sản thống lãnh sĩ tốt. Lợi dụng cơ hội đó, Triệu Quang Phục tiến quân giết được Dương Sản, lấy lại được thành Long Biên, lên làm vua cho tới năm 571.

Khi Lý Nam Đế bị thua chạy về động Khuất Liêu, ngoài những quân lính của Triệu

maladie deux ans plus tard.

L'aile armée de Triệu Quang Phục, face à la puissance de l'ennemi, doit se retirer dans les marécages de Dạ Trạch (Hưng Yên actuellement). Elle profite de la configuration marécageuse où les eaux sont profondes et étendues, à côté de vastes champs de roseaux, ce qui rend la progression militaire très difficile. Triệu Quang Phục utilise des embarcations légères pour tendre des embuscades pendant de nombreuses années. L'armée Liáng n'arrive pas à l'éliminer.

En 548, ayant appris le mort de Lý Nam Đế, Triệu Quang Phục se proclame roi, sous le nom de Triệu Việt Vương. A ce moment il y a des troubles importants en Chine. Chén Bàxiān, rappelé au pays, remet le commandement à son adjoint Yáng Chăn (Dương Sản en vietnamien). Profitant de l'occasion, Triệu Quang Phục attaque Yáng Chăn, le tue, s'empare de la citadelle Long Biên et monte sur le trône jusqu'en 571.

Quand Lý Nam Đế se retiresur les terres de la tribu de de Khuất Liêu après sa défaite, outre l'aile armée de Triệu Quang Phục, il reste un troisième groupe armé commandé par Lý Thiên Bảo, le cousin du roi, et son adjoint Lý Phật Tử. Ces derniers parviennent à arriver à Cửu Chân où

Quang Phục, còn một nhóm thứ ba do người anh họ của nhà vua là Lý Thiên Bảo, cùng tùy tướng là Lý Phật Tử, chạy vào Cửu Chân. Tại đây họ bị quân Lương đánh tiếp, phải chạy qua Lào, đến đóng ở động Dã Năng. Thiên Bảo lập một triều đình tại đây, xưng là Đào Lang Vương. Năm 555 Lý Thiên Bảo mất, binh quyền về tay Lý Phật Tử. Năm 557 Lý Phật Tử đem quân về chống với Triệu Việt Vương. Hai bên không phân thắng bại nên giảng hòa, chia phần cai quản. Lý Phật Tử đóng ở Ô Diên (nay thuộc Hà Đông), Triệu Việt Vương đóng ở Long Biên.

Năm 571 Lý Phật Tử đem quân đánh úp Triệu Việt Vương khiến Vương thua chạy tới Đại Nha (thuộc Nam Định) nhẩy xuống sông tự vận. Lý Phật Tử lấy được thành Long Biên, xưng đế hiệu (Hậu Lý Nam Đế), đóng đô tại Phong Châu (nay thuộc Phú Thọ).

Trong thời gian kể từ khi Trần Bá Tiên thắng được Lý Nam Đế vào năm 546, Nước Tàu đã đổi chủ hai lần, nhà

ils continuent à être attaqués par les Liáng. Ils sont obligés de s'enfuir au Laos pour installer leur base sur les terres de la tribu de Dã Năng. Thiên Bảo installe sa Cour à cet endroit en se proclamant roi Đào Lang Vương. En 555, Lý Thiên Bảo décède et le pouvoir revient à Lý Phật Tử qui attaque Triệu Việt Vương en 557. Les deux partis, n'arrivant pas à se départager, se réconcilient et partagent leur zone d'occupation, Lý Phật Tử à Ô Diên (appartient actuellement à Hà Đông), Triệu Việt Vương à Long Biên.

En 571, Lý Phật Tử attaque par surprise Triệu Việt Vương qui, défait, se retire à Đại Nha (appartenant à Nam Định) puis se suicide en se plongeant dans le fleuve. Lý Phật Tử prend la citadelle de Long Biên puis se proclame empereur (Hậu Lý Nam Đế ou Empereur Lý postérieur du Sud). Il installe sa capitale à Phong Châu (appartenant actuellement à Phú Thọ).

Pendant la période suivant la victoire de Chén Bàxiān sur Lý Nam Đế en 546, la Chine change de maître deux fois. La dynastie des Liáng est remplacée par celle des Chén puis celle des Suí. La dynastie des Lý a su maintenir son autonomie pendant un temps assez long grâce en partie à ces troubles bien que la politique intérieure ne soit

Lương đã chuyển qua nhà Trần, rồi nhà Tùy. Do sự xáo trộn này nên nhà Lý đã duy trì được nền tự chủ một thời gian tương đối lâu dài, mặc dầu nội trị còn yếu ớt .

Đầu năm 603, nhà Tùy cử Lưu Phương dẫn quân thuộc 27 doanh sang chinh phục nước Vạn Xuân. Lưu Phương theo đường Vân Nam tiến xuống đánh tan quân của Lý Phật Tử, bắt Lý Phật Tử đem về bên Tàu, chấm dứt 61 năm tự chủ của nước ta với ba triều đại Lý Nam Đế, Triệu Việt Vương và Hậu Lý Nam Đế. Nước ta từ đây lại rơi vào vòng thống trị của nước Tàu thêm ba trăm năm nữa, bắt đầu thời kỳ Bắc thuộc lần thứ ba.

pas encore solidement mise en place.

Au début de l'an 603, la dynastie des Suí envoie Liú Fāng (Lưu Phương en vietnamien) avec une armée de 27 bataillons (doanh en vietnamien; selon le dictionnaire Thiều Chửu, 1 doanh = 500 hommes) conquérir le pays Vạn Xuân. Liú Fāng traverse le Yúnnán (Vân Nam en vietnamien) pour progresser vers le Sud et mettre en pièces l'armée de Lý Phật Tử. Il capture ce dernier, l'envoie en Chine et met fin ainsi à l'autonomie du Vietnam qui a perduré 61 ans sous les trois dynasties de Lý Nam Đế, Triệu Việt Vương et Hậu Lý Nam Đế. Le Vietnam va désormais tomber sous le joug chinois durant trois cents ans de plus : c'est la troisième domination chinoise.

Sự sụp đổ của nhà Tiền Lý và thời kỳ Bắc thuộc lần thứ ba

CHUTE DE LA DYNASTIE DES LÝ ANTERIEURS ET TROISIEME DOMINATION CHINOISE

Nhà Tiền Lý chính thức cáo chung, sau khi Lý Phật Tử bị Bắc triều đánh bại vào năm 603. Nước ta từ đó lại bị sát nhập vào Nước Tàu, được chia thành các quận:

- Giao Chỉ, vùng Bắc Phần hiện nay (30.000 hộ).

- Cửu Chân, vùng Thanh Hóa (16.100 hộ).

- Nhật Nam, vùng Nghệ An, Hà Tỉnh (9.900 hộ).

Ngoài ra, còn ba quận nhỏ thuộc vùng Bình Trị Thiên.

Vùng Nhật Nam trước đó bị Lâm Ấp chiếm đóng, nhưng đã bị quân nhà Tùy đẩy lui về phía nam.

La dynastie des Lý s'est officiellement effondrée en 603 après que la Cour du Nord, qui est à cette époque la dynastie des Suí (Tùy en vietnamien), a vaincu Lý Phật Tử. Après cette défaite, notre pays devient Région Administrative de Giao Châu et est divisé en provinces :

Giao Chỉ, le Nord actuel (30.000 familles)

Cửu Chân, région de Thanh Hóa (16.100 familles)

Nhật Nam, région de Nghệ An, Hà Tỉnh (9.900 familles)

En outre, il y a trois petites provinces situées dans la région de Bình Trị Thiên.

La région de Nhật Nam a été occupée précédemment par le royaume de

Vào năm 618, nhà Đường thay thế nhà Tùy, chia Âu Lạc thành hai Phủ Tổng Quản. Phủ Tổng Quản thứ nhất gồm vùng đồng bằng sông Hồng và sông Mã. Phủ Tổng Quản thứ hai gồm vùng biên thùy với Lâm Ấp và các tộc miền núi.

Trong thời gian đầu, Âu Lạc được đặt dưới quyền cai trị của Thứ sử Khâu Hòa. Khâu Hòa là một viên quan thanh liêm và có tài. Trong thời gian Khâu Hòa cai trị dân tình yên ổn, giao thương phát triển.Trong khi các nước loạn lạc thì Âu Lạc là nơi bình yên trong nhiều năm. Thời kỳ này, thành phần di dân thường chỉ có một số ít các người thân trong gia đình các thương gia và binh sĩ, cho nên mặc dầu số hộ tăng nhiều, nhưng nhân số thuộc mỗi hộ giảm. Một điều đặc biệt khác là một bộ phận quan trọng của khối di dân gồm những quan chức nhà Đường, thuộc thành phần chống đối bị lưu đầy qua Âu Lạc trong đó có nhiều nho sĩ danh tiếng. Điều này đã ảnh

Linyi (Lâm Ấp en vietnamien), qui s'est fait repousser vers le Sud par l'armée des Suí.

En 618, la dynastie des Suíest remplacée par celle des Táng (Đường en vietnamien). Les Táng divisent Âu Lạc en deux gouvernorats. Le premier comprend les plaines des fleuves Hồng et Mã. Le second contrôle la région frontalière avec la Linyi et les communautés montagnardes.

Dans un premier temps, Âu Lạc est mis sous l'autorité du Gouverneur GénéralQiū Hé (Khâu Hòa en vietnamien). Celui-ci est un mandarin intègre et un bon administrateur. Durant la gouvernance de Qiū Hé, la population vit en paix, le commerce connait un réel essor. Pendant que des troubles se répandent partout, Âu Lạc reste un oasis de paix pendant plusieurs années. Durant cette période, les personnes qui immigrent vers Âu Lạc font partie de familles peu nombreuses de commerçants et de militaires. Par conséquent, bien que le nombre de familles augmente fortement, le nombre de membres de chaque famille diminue. Un autre point particulier est que bon nombre d'immigrés sont des illustres lettrés, ainsi que des dignitaires de la Dynastie des Táng, exilés vers Âu Lạc car opposants au régime. Ce fait aura

hưởng nhiều tới việc phát triển giáo dục tại Âu Lạc thời gian sau này.

Đến năm 679, Âu Lạc được đổi thành An Nam Đô Hộ Phủ. Danh từ An Nam để chỉ nước ta xuất hiện từ đó và sau hơn nửa thế kỷ yên bình dưới triều nhà Đường, tình hình Âu Lạc bắt đầu thay đổi.

ultérieurement une grande influence sur le développement du système éducatif à Âu Lạc.

En 679, Âu Lạc devient la Région Administrative Frontalière d'An Nam. Le substantif An Nam (le Sud pacifié) fait son apparition à cette époque pour désigner notre patrie et après plus d'un demi-siècle de paix sous la dynastie des Táng, la situation de Âu Lạc commence à changer

CUỘC KHỞI NGHĨA TRONG THẾ KỶ THỨ 7 CỦA LÝ TỰ TIÊN

Sau khi đổi tên nước ta thành An Nam Đô Hộ Phủ, vào năm 684, nhà Đường cử Lưu Diên Hựu sang nắm quyền cai trị. Lưu Diên Hựu cho tăng thuế lên gấp đôi khiến dân chúng căm phẫn nổi dậy. Lưu Diên Hựu bắt giết người cầm đầu là Lý Tự Tiên khiến dân chúng càng căm hờn, cuộc khởi nghĩa lan rộng thêm ra. Lúc này, người chỉ huy các cuộc khởi nghĩa là Đinh Kiến. Ông cho quân bao vây thành Tống Bình (tức Long Biên), nơi trị sở của An Nam Đô Hộ Phủ.

SOULEVEMENT DE LÝ TỰ TIÊN AU 7È SIECLE

Après avoir changé le nom de notre patrie en Région Administrative Frontalière d'An Nam, la dynastie des Táng y envoie Liú Yányòu (Lưu Diên Hựu en vietnamien) pour gouverner. Celui-ci double les impôts, la population en colère se soulève. Liú Yányòu arrête et exécute le leader Lý Tự Tiên, ce qui rend la population encore plus en colère ; le soulèvement se répand. A ce moment, le leader du soulèvement est Đinh Kiến. Il encercle la citadelle de Tống Bình (soit Long Biên), le siège de la Région Administrative Frontalière d'An Nam. La dynastie des Táng dépêche Féng Yuáncháng (Phùng Nguyên Thường en vietnamien) et son armée pour porter

Nhà Đường sai Phùng Nguyên Thường mang quân sang giải cứu. Nguyên Thường mưu tranh quyền với Lưu Diên Hựu nên tìm cách hoãn bình và thương lượng với Định Kiến.

Mùa hè năm năm 687, nghĩa quân tiến vào thành Tống Bình giết được Lưu Diên Hựu, Phùng Nguyên Thường sợ hãi bỏ chạy. Sau đó Đường triều phải phái một cánh quân khác qua bình định, giết được Định Kiến, cuộc nổi dậy mới bị tan vỡ.

Đây là một cuộc khởi nghĩa của dân chúng do chính người dân cầm đầu. Sự thiếu vắng tham dự của tầng lớp hào tộc bản xứ trong cuộc nổi dậy, cho thấy chính sách Hán hóa của Bắc triều đã bắt đầu có tác dụng chia rẽ người Lạc Việt.

secours au pouvoir en place. Yuáncháng cherche à disputer le pouvoir à Liú Yányòu; dès lors, il cherche à retarder l'avance des troupes et à négocier avec Định Kiến.

L'été de l'an 687, les insurgés entrent dans la citadelle de Tống Bình et tuent Liú Yányòu. Féng Yuáncháng, pris de panique, se sauve. Plus tard, la dynastie desTáng doit envoyer une autre armée pour réaliser la pacification. Định Kiến est tué et c'est alors la fin de l'insurrection.

Il s'agit d'une insurrection de la population dirigée par une personne issue du peuple. La non-participation de la classe des puissants à l'insurrection laisse apparaîtreque la politique de sinisation de la dynastie du Nord commence à produire ses effets et à diviser les Vietnamiens.

CÁC CUỘC KHỞI NGHĨA TRONG THẾ KỶ THỨ 8

Cuộc khởi nghĩa của Mai Thúc Loan: Vào cuối thế kỷ thứ 7, đầu thế kỷ thứ 8, Bắc triều trải qua một giai đoạn suy thoái kéo dài

SOULEVEMENTS DURANT LE 8È SIECLE

Soulèvement de Mai Thúc Loan. A la fin du 7è siècle, début du 8è siècle, la dynastie du Nord traverse une période d'affaiblissement qui dure 15 ans. Pendant tout ce temps,

15 năm. Trong suốt thời gian này, vùng biên duyên, trong đó có Âu Lạc, được thả nổi cho các quan lại cầm quyền mặc sức tham nhũng, bóc lột và đàn áp người dân.

Năm 713, Mai Thúc Loan gốc người Diễn Châu (Nghệ An) chiêu mộ nghĩa sĩ nổi dậy tại Hoan Châu (Nghệ An) sau đó chiếm tiếp miền trung lưu sông Lam, xây thành đắp lũy trên núi Hùng Sơn (thuộc Nghệ An), tự xưng Hoàng đế, tục gọi là Mai Hắc Đế

Khác với các biến động trước đây tại Âu Lạc, thường gắn liền với các chính biến từ phương Bắc, cuộc nổi dậy của Mai Thúc Loan lại có nhiều liên hệ với các nước tại phương Nam.

Chuyển biến quan trọng trong thế kỷ thứ 7 là sự xuất hiện của đế quốc Chân Lạp, đế quốc này đã tiêu diệt đế quốc Phù Nam, mở rộng ảnh hưởng về phía Nam tới Sumatra và thôn tính một phần lãnh thổ của Lâm Ấp. Tình

les régions frontalières, y compris l'An Nam sont abandonnées aux mandarins cupides qui exploitent et répriment la population en toute liberté.

En 713, Mai Thúc Loan, originaire de Diễn Châu (Nghệ An), recrutedes hommes prêts à se sacrifier pour se soulever contre le pouvoir à Hoan Châu (Nghệ An). Plus tard, il s'empare de la région située dans le cours moyen du fleuve Lam, érige des remparts sur la montagne de Hùng Sơn (Nghệ An) et se proclame Empereur sous le nom de Mai Hắc Đế.

L'insurrection de Mai Thúc Loan est différente des agitations précédentes à Âu Lạc, souvent étroitement liées aux incidents politiques qui se passent au Nord. Elle a de nombreux liens avec la situation des pays du Sud.

Un changement important au 7è siècle est l'apparition de l'empire Khmer (Chân Lạp en vietnamien). Celui-ci extermine l'empire Phnom (Phù Nam en vietnamien), étend son influence vers le Sud jusqu'à Sumatra et annexe une partie du territoire de Linyi. Les troubles à Linyipoussent un grand nombre d'émigrés vers le Sud de l'An Nam. Rien quependant la première

trạng li loạn tại Lâm Ấp vì vậy đã đẩy một khối di dân lớn chạy lên phía nam của Âu Lạc. Chỉ trong nửa đầu của thế kỷ thứ 8 dân số trong vùng Hoan Châu đã tăng lên gấp 3 lần.

Quân của Mai Hắc Đế tiến ra bắc, đánh chiếm thành Tống Bình (Hà Nội ngày nay) có tới 400.000 người, được sự hỗ trợ của 32 bộ tộc miền núi, và có sự tham gia của cả những cánh quân Chân Lạp, Lâm Ấp và Sumatra. Thái thú lúc bấy giờ là Quang Sở Khách phải bỏ thành chạy về nước. Vua Đường sai Dương Tư Húc sang tái chiếm Tống Bình. Lực lượng quân Đường lên tới 100.000 lính, khiến quân của Mai Hắc Đế thua to. Cuộc khởi nghĩa tan vỡ, Mai Hắc Đế chết trong khi đi lánh nạn.

Cuộc khởi nghĩa của Phùng Hưng. Từ năm 749 Bắc triều bắt đầu rơi vào thời kỳ khủng hoảng. Các cuộc chiến tranh với các lân bang diễn ra liên tiếp. Tới năm 791, cai trị An Nam

moitié du 8è siècle, la population a triplé dans la région de Hoan Châu.

L'armée de Mai Hắc Đế, forte de 400.000 personnes, progresse vers le Nord, s'empare de la citadelle de Tống Bình (Hà Nội actuellement). Elle reçoit le support de 32 communautés montagnardes et même la participation des armées Khmer, Linyiet Sumatra. Guāng Chǔkè(Quang Sở Khách en vietnamien), le Gouverneur Provinciald'alors,doit s'enfuir et retourner dans son pays. Le roi Táng ordonne à Yáng Sīxù(Dương Tư Húc en vietnamien) de récupérer Tống Bình. Les forces armées Táng s'élèvent à 100.000 soldats, ce qui entraine la débâcle de Mai Hắc Đế. Il meurt pendant sa retraite.

Soulèvement de Phùng Hưng.

Depuis l'an 749, la dynastie du Nord connaît une période de crises successives. Les guerres avec les pays voisins se succèdent. En 791, un GouverneurProvincialest désigné pour administrer la Région Administrative Frontalière d'An Nam ; son nom est Gāo Zhèngpíng (Cao Chính Bình en vietnamien). De nature cupide, ce dernier fait payer de lourds impôts à tous, sans exception.

Đô Hộ Phủ là Cao Chính Bình. Bình vốn tham lam, đánh thuế rất nặng, không chừa ai, nên dân từ giàu tới nghèo đều oán ghét.

Phùng Hưng thuộc dòng dõi hào phú đất Đường Lâm, nhiều đời làm quan lang, nuôi chí cứu nước nên cùng với em là Phùng Hải liên kết hào kiệt thành lực lượng nổi dậy. Quân sĩ của Phùng Hưng bao vây phủ thành chống lại Cao Chính Bình, nhưng đánh mãi không thắng nổi. Sau nhờ kết hợp được với Đỗ Anh Hàn, thủ lãnh dân Lão, nên đánh Cao Chính Bình phải chạy về thành Đại la cố thủ, sau đó sinh bệnh mà chết.

Phùng Hưng chiếm thành, gánh vác chính sự. Ông cầm quyền được bảy năm thì mất. Đức của ông, dân chúng coi như cha mẹ, tôn là Bố Cái Đại Vương. Con ông là Phùng An lên nối nghiệp. Nhà Đường đưa binh lực hùng hậu sang tấn công. Phùng An yếu thế phải đầu hàng. Đất nước ta lại rơi vào ách đô hộ của Bắc phương.

Par conséquent la population, riche et pauvre, éprouve une grande rancœur contre lui. Phùng Hưng fait partied'une famille riche à Đường Lâm, occupant une place dirigeante depuis plusieurs générations. Nourrissant l'ambition de sauver le pays, lui et son frère Phùng Hải rallient les preux en une force d'insurrection. L'armée de Phùng Hưng encercle le siège administratif de Gão Zhèngpíng mais ne parvient pas à remporter la victoire. Plus tard, allié au chef de la communauté Lão, Đỗ Anh Hàn, Phùng Hưng pourchasse Gão Zhèngpíng jusqu'à la citadelle de Đại la où ce dernier tient fermement puis meurt de maladie. Phùng Hưng s'empare de la citadelle, se charge de son administration. Il reste au pouvoir sept ans avant de disparaitre. La population le considère comme ses père et mère à cause de sa bonté et l'appelle ainsi Bố Cái Đại Vương (littéralement Grand Roi Père et Mère). Son fils, Phùng An, lui succède. La dynastie des Táng envoie une forte armée pour l'attaquer. Phùng An, qui est dans une position de faiblesse, doit se rendre. Notre patrie est de nouveau tombée sous la domination chinoise.

TÌNH HÌNH AN NAM ĐÔ HỘ PHỦ Ở THẾ KỶ THỨ 9

Cuộc nổi dậy của Dương Thanh. Từ năm 820, nhà Đường tiếp tục rơi vào một cuộc suy thoái lâu dài. Viên quan cai trị An Nam lúc đó là Lý Tượng Cổ, một con người khắc nghiệt, hung bạo, bị nhân dân oán ghét. Cùng lúc đó ở Hoan Châu có người hào trưởng tên là Dương Thanh có nhiều uy thế trong vùng. E ngại trước thanh thế của Dương Thanh, Tượng Cổ đưa Dương Thanh về làm nha môn tướng tại La Thành, nhằm dễ theo dõi. Dương Thanh bất mãn nhưng nén chịu chờ thời. Năm 819, khi người Man Hoàng Động nổi dậy, ông được sai đi đánh dẹp. Nhưng ông đã hợp nhất với người Man Hoàng Động đánh chiếm thủ phủ Tống Bình, giết Tượng Cổ và xưng độc lập. Nhà Đường muốn đánh lại Dương Thanh nhưng thế lúc đó đã suy yếu, nên cử Quế Trọng Vũ sang làm Thái

SITUATION DE LA REGION ADMINISTRATIVE FRONTALIERE D'AN NAM AU 9È SIECLE

Soulèvement de Dương Thanh. Depuis l'an 820, la dynastie des Táng poursuit sa longue période de régression. L'administrateur d'An Nam de l'époque est Lĭ Jiànggŭ (Lý Tượng Cổ en vietnamien), une personne dure, violente, haïe de la population. A cette période, un notable du nom de Dương Thanh est une personne jouissant d'une grande influence dans la région. Ayant peur de son prestige, Jiànggŭ envoie Dương Thanh à La Thành comme officier chargé de la défense du lieu pour mieux le surveiller. Dương Thanh bien qu'insatisfait, attend son heure. En 819, quand les Man de Hoàng Động se soulèvent, il est mandaté pour les réprimer. Mais il s'allie à ceux-ci, s'empare du siège administratif Tống Bình, tue Jiànggŭ et déclare l'indépendance. La dynastie des Táng, qui veut vaincre Dương Thanh, mais qui est dans une position de faiblesse, se résigne à envoyer Guì Zhòngwŭ (Quế Trọng Vũ en vietnamien)

thú, ra sắc phong cho cho Dương Thanh làm Thứ sử Quỳnh Châu (thuộc đảo Hải Nam), Thanh không chịu và cho quân chặn Quế Trọng Vũ ở biên giới. Quế Trọng Vũ dùng kế mua chuộc các hào trưởng vùng này và tạo nội loạn trong hàng ngũ Dương Thanh. Kết quả, Quế Trọng Vũ chiếm được La Thành và hai bố con Dương Thanh bị giết chết bởi đám loạn quân.

Cuộc khởi nghĩa của Dương Thanh đã thất bại không phải vì bị đánh thua bởi một đạo quân phương bắc mà vì phân hóa nội bộ.

Cao Biền với cuộc chiến chống quân Nam Chiếu

Tại miền tây tỉnh Vân Nam vào thời đó có 6 bộ lạc người Thái sinh sống. Mỗi bộ lạc là một tiểu quốc, vua của tiểu quốc gọi là Chiếu. Đầu thế kỷ thứ tám, Nam Chiếu thống nhất được các bộ lạc khác, trở nên hùng mạnh, nên bắt đầu đi xâm lược các vùng chung quanh.Từ năm 846, Nam Chiếu kéo quân xuống cướp phá Âu Lạc nhiều lần. Dữ dội nhất là năm 863,

comme Gouverneur Provincial et nomme Dương Thanh Gouverneur de Quỳnh Châu (situé sur l'île Hăinán - Hải Nam en vietnamien). Thanh refuse et dépêche son armée vers la frontière pour livrer bataille à Guì Zhòngwŭ. Ce dernier ruse en achetant des notables dans ces régions, lesquels créent des troubles à l'intérieur des rangs de Dương Thanh. Le résultat est que Zhòngwŭ prend possession de La Thành et Dương Thanh ainsi que son fils sont tués par la rebellion.

L'insurrection de Dương Thanh a échoué non pas suite à une défaite infligée par l'armée du Nord mais suite à une division interne

Gāo Pián et la guerre contre l'armée Nán Zhào.

A cette époque, 6 tribus de Thaï vivent à l'ouest de la province de Yúnnán(Vân Nam en vietnamien). Chaque tribu est un petit pays, son roi est appelé Chiếu. Au début du 8è siècle, Nán Zhào (Nam Chiếu en vietnamien) unifie les autres tribus, devient puissant et commence à envahir les régions avoisinantes. A partir de 846, Nán Zhào vient saccager Âu Lạc à plusieurs reprises. En 863 se déroule l'attaque la plus violente :

giặc Nam Chiếu hai lần tràn xuống đánh phủ thành Âu Lạc, giết dân, cướp của. Năm 865, Cao Biền một tướng nhà Đường được phái sang đánh dẹp. Năm 866, ông đánh tan quân Nam Chiếu và được phong làm Tiết độ sứ cai quản Âu Lạc (lúc đó được gọi là Tĩnh hải). Sử cũ lưu truyền về Cao Biền là người có công. Năm 868, ông được chuyển đi làm Tiết độ sứ Tứ Xuyên, rồi chết ở đó.

An Nam Đô Hộ Phủ sau cuộc xâm lược của Nam Chiếu và tiết độ sứ Tăng Cổn

Từ khi được bổ làm Tĩnh hải quân Tiết độ sứ cho đến khi được thuyên chuyển về Thiên Bình, Cao Biền đã thực hiện được những công việc biến Âu Lạc thành một vùng trù phú và yên ổn trong một thời gian khá dài.

Sau thời kỳ cai quản của Cao Biền, kế vị là Cao Tầm (cháu của Cao Biền) và Tăng Cổn, vùng đất Âu Lạc vẫn yên ổn và phát triển do chính sách ổn định. Tăng Cổn làm Tiết độ sứ Tĩnh hải được 14 năm, ông đã xây dựng

l'agresseur Nán Zhào attaque Âu Lạc deux fois et s'adonne aux tueries et au pillage. En 865, le général Gão Pián (Cao Biền en vietnamien) des Táng est envoyé sur place pour réprimer les Nán Zhào. Il les taille en pièces et est promu Gouverneur Provincial gouvernant Âu Lạc (appelé Tĩnh Hải à cette époque). Les anciens documents historiques mentionnent qu'il est une personne qui a du mérite. En 868, il est muté comme Gouverneur de la province de Sichuan (Tứ Xuyên en vietnamien) puis y décède.

Région Administrative Frontalière d'An Nam après l'envahissement de Nán Zhào et Gouverneur Provincial Céng Gŭn.

Depuis qu'il est nommé Gouverneur Provincial de Tĩnh hải jusqu'au moment où il est déplacé à Thiên Bình. Gão Pián a transformé An Nam en une zone prospère et paisible pour une longue période.

Après la période d'administration de Gão Pián, lui succèdent Gão Xún (Cao Tầm en vietnamien, son neuveu) et Céng Gŭn (Tăng Cổn en vietnamien).La terre d'An Nam est toujours stable et se développe grâce à une politique de stabilisation. Céng Gŭn reste Gouverneur Provincial

một xã hội yên bình và để lại cho nước ta nhiều sáng tác văn chương giá trị. Di ngôn nhiều ý nghĩa của Tăng Cổn là hai câu thơ nói lên cảm quan của một vị quan Bắc triều, về mảnh đất mà phương Bắc đã chinh phục và nỗ lực đồng hóa trong gần 1000 năm, hai câu thơ đó dịch ra như sau:

Giang sơn đất Việt có tự nghìn xưa

Đường triều nhân sĩ chỉ là những người mới.

pendant 14 ans. Il construit une société paisible et laisse à notre patrie bon nombre d'œuvres littéraires de valeur. Cependant, le cadeau le plus précieux, c'est les deux vers exprimant les sentiments d'un mandarin de l'empire du Nord au sujet du territoire que le Nord a conquis et cherché à assimiler pendant près de 1000 ans. Voici ces deux vers :

Le territoire vietnamienexiste depuis toujours

Les personnalités de la dynastie des Táng ne sont que des nouveaux venus

Họ Khúc và Ngô Quyền xoá bỏ thời kỳ Bắc thuộc, giành lại tự chủ cho đất Âu Lạc

ABOLITION DE LA DOMINATION CHINOISE PAR LES KHÚC ET NGÔ QUYỀN, RETABLISSEMENT DE L'AUTONOMIE POUR LE ÂU LẠC

Những năm đầu thế kỷ thứ 10, tình trạng bên Tàu cực kỳ rối ren, nhà Đường không còn đủ quyền lực để kiểm soát các vùng lãnh thổ ngoại biên. Tăng Cổn là viên quan Tiết độ sứ sau cùng của Đường triều tại Âu Lạc được cổ sử ghi lại. Sau đó người ta không ghi chép được rõ ràng các viên quan cai quản khác. Như thế có thể thấy vào đầu thế kỷ

Dans les premières années du 10è siècle, une confusion extrême règne en Chine. La dynastie des Tang n'est plus assez puissante pour contrôler les territoires hors de ses frontières.Céng Gŭn (Tăng Cổn en vietnamien) est le dernier Gouverneur Provincial Táng à Âu Lạcà apparaître dans les anciens documents historiques. Plus tard, aucun autre mandarin gouvernant n'est clairement mentionné. Ainsi, on peut voir qu'au début du 10è

thứ mười tại Âu Lạc có một khoảng trống quyền lực Bắc phương, kéo dài và đó là cơ hội cho dân tộc Việt Nam giành lại độc lập.

siècle il existe un vide prolongé du pouvoir du Nord à Âu Lạc et c'est l'occasion pour le peuple vietnamien de reprendre son indépendance.

HỌ KHÚC DẤY NGHIỆP

Trong tình trạng quyền lực của Nước Tàu bị suy yếu, Khúc Thừa Dụ, một hào phú quê ở Hồng Châu (Hải Dương) đã đứng lên xưng làm Tiết độ sứ cai quản Âu Lạc.

Theo sách Tư trị thông giám: "Họ Khúc là một họ lớn lâu đời ở Hồng Châu, Thừa Dụ tính khoan hòa, hay thương người, được dân chúng suy tôn. Gặp thời buổi loạn lạc, nhân danh là hào trưởng một xứ, Thừa Dụ tự xưng là Tiết Độ Sứ và xin mệnh lệnh của nhà Đường".

Năm 906, vua Chiêu Tuyên nhà Đường buộc phải công nhận Khúc Thừa Dụ có toàn quyền cai trị trong vùng, phong ông làm Tĩnh hải quân Tiết độ sứ và Đồng bình chương sự.

ŒUVRE DES KHÚC

Devant la faiblesse de la Chine, Khúc Thừa Dụ, un notable originaire de Hồng Châu (Hải Dương) se proclame Gouverneur Provincial de Giao Châu.

Selon le document historique "Histoire Comme un Miroir", sous-entendu "regarder le passé pour bien voir aujourd'hui" (Tư trị thông giám en vietnamien), "Khúc est un grand patronyme qui existe depuis longtemps à Hồng Châu. Thừa Dụ a un caractère généreux, doux et charitable et est honoré par la population. En période d'agitation, en tant que notable d'une région, il se proclame Gouverneur Provincial et demande l'approbation des Táng".

En 906, le roi Táng, Zhāoxuān (Chiêu Tuyên en vietnamien), qui a dû reconnaitre le pouvoir politique absolu de Khúc Thừa Dụ dans la région, le nomme Gouverneur Provincial de Tĩnh Hải, avec le titre honorifique de Đồng Bình Chương sự (équivalent au Premier Ministre).

Năm 907, nhà Đường sụp đổ, bị thay thế bởi nhà Hậu Lương. Khúc Thừa Dụ cũng mất, giao quyền lại cho con trai là Khúc Hạo. Nhà Hậu Lương cũng công nhận Khúc Hạo là Tiết độ sứ, nhưng mưu ngầm chiếm lại Âu Lạc, nên năm 908 đã phong cho Lưu Yểm kiêm nhiệm chức Tĩnh hải quân Tiết độ An Nam. Mầm mống xung đột giữa họ Khúc và nhà Hậu Lương bắt đầu từ đó.

Khúc Hạo nắm giữ vai trò Tiết độ sứ, cho lập ra lộ, phủ, châu, xã ở các nơi, đặt quan lại, sửa sang thuế má, sưu dịch, cải cách hành chính nhằm xây dựng một lãnh thổ thống nhất, độc lập, tách khỏi ảnh hưởng của chính quyền phương Bắc. Khúc Hạo cầm quyền được mười năm từ 907 đến 917 thì mất, giao quyền lại cho con là Khúc Thừa Mỹ. Trong giai đoạn này, Lưu Yểm ở Phiên Ngung, Quảng Châu tự xưng đế, quốc hiệu Đại Việt (sau đổi

En 907, la dynastie des Táng s'écroule et est remplacée par la dynastie des Liáng postérieurs (Hậu Lương en vietnamien). En cette année, Khúc Thừa Dụ décède et son fils Khúc Hạo lui succède. La dynastie des Liáng postérieurs reconnait également Khúc Hạo comme Gouverneur Provincial tout en cherchantsecrètement à reconquérir Giao Châu. Ainsi, en 908, Liú Yǎn (Lưu Yểm en vietnamien), un dignitaire chinois,est appelé à assumer également la fonction de Gouverneur Provincial de Tĩnh Hải. Alors commence le conflit entre la famille Khúc et la dynastie des Liáng postérieurs.

Khúc Hạo, en tant que Gouverneur Provincial, fait construire des départements, préfectures, villes et villages partout, instaure le mandarinat, réarrange le système fiscal et celui du travail collectif, réforme l'administration dans le but de bâtir un territoire unifié, indépendant, séparé de l'influence du pouvoir du Nord. Khúc Hạo décède après 10 ans au pouvoir, de 907 à 9017. Son fils Khúc Thừa Mỹ lui succède. Pendant cette période, Liú Yǎn à Fányú, Guangzhou (Phiên Ngung, Quảng Châu en vietnamien) s'auto proclame empereur, nomme son empire Dàyuè (Đại Việt en vietnamien) dans un premier temps, puis plus tard Hàn méridional (Nam Hán en vietnamien).

thành Nam Hán).

Khúc Thừa Mỹ nhận chức Tiết độ sứ của nhà Lương và không thần phục nhà Nam Hán. Khúc Thừa Mỹ liên minh với Vương Thẩm Trí – người chiếm giữ đất Phúc Kiến lúc đó và dựa vào nhà Lương để chống sự bành trướng của nhà Nam Hán. Năm 923, nhà Hậu Lương sụp đổ. Vài năm sau Vương Thẩm Trí

Khúc Thừa Mỹ, ayant reçu le titre de Gouverneur Provincial des Liáng, ne se soumet pas à la dynastie des Hàn méridionaux. Il s'allie avec Wáng Shěnzhì (Vương Thẩm Trí en vietnamien), qui occupe le territoire de Fújiàn (Phúc Kiến en vietnamien) en s'appuyant sur les Liáng pour contrer l'expansion des Hàn méridionaux. En 923, la dynastie des Liáng s'effondre. Wáng Shěnzhì décède quelques années plus tard. Le pays se disloque

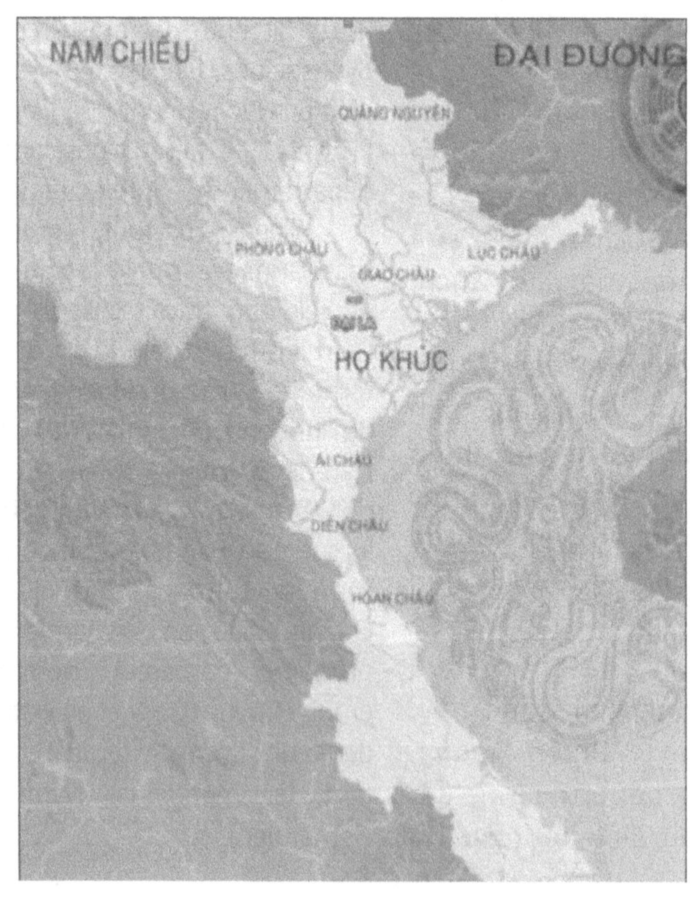

chết, đất nước bị tan rã vì nội chiến, khiến Khúc Thừa Mỹ không còn thế lực liên kết. Nhân cơ hội đó, năm 930, vua Nam Hán đem quân tiến đánh và bắt được Khúc Thừa Mỹ. Nhà Nam Hán sai Lý Tiến sang làm Thứ sử cùng với Lý Khắc Chính cai trị Âu Lạc.

DƯƠNG DIÊN NGHỆ VÀ KIỀU CÔNG TIỄN

Năm 931, tướng của Khúc Hạo ngày trước là Dương Diên Nghệ vùng Ái Châu dấy binh, mộ quân đánh đuổi Lý Tiến và Lý Khắc Chính, tự xưng là Tiết độ sứ giành quyền cai quản nước Âu Lạc. Ngô Quyền được Dương Diên Nghệ gả con gái, và cử giữ Ái Châu (Thanh Hóa).

Dương Diên Nghệ nắm giữ quyền bính được sáu năm thì bị nha tướng là Kiều Công Tiễn giết chết vào tháng ba năm 937, nhằm chiếm đoạt binh quyền. Dương Diên Nghệ cai trị chỉ vỏn vẹn sáu năm, nhưng đóng một vai trò rất quan trọng trong xã hội Âu Lạc thời đó, về vấn đề quyền độc lập dân tộc.

à cause des guerres intestines, ce qui prive Khúc Thừa Mỹ de conclure une alliance avec des alliés puissants. Profitant de cette occasion, en 930, le roi des Hàn méridionaux attaque avec son armée et capture Khúc Thừa Mỹ. Il envoie Lĭ Jìn (Lý Tiến en vietnamien) comme Gouverneur pour administrer Âu Lạc avec Lĭ Kèzhèng (Lý Khắc Chính en vietnamien).

DƯƠNG DIÊN NGHỆ ET KIỀU CÔNG TIỄN

En 931, un ancien général de Khúc Hạo, Dương Diên Nghệ, se soulève à Ái Châu, recrute des soldats, chasse Lĭ Jìn et Lĭ Kèzhèng. Puis il s'auto proclame Gouverneur Provincial et s'empare du droit d'administrer le Âu Lạc. Il charge Ngô Quyền de la défense de Ái Châu (Thanh Hóa) et lui donne la main de sa fille. Dương Diên Nghệ reste au pouvoir pendant six ans puis est assassiné par un de ses officiers, Kiều Công Tiễn, qui usurpe le pouvoir au 3è mois de l'an 937. L'administration de Dương Diên Nghệ, bien que n'ayant duré que six ans, a joué un rôle important dans la société de Âu Lạc à cette époque, sur le plan du droit à l'indépendance du peuple vietnamien.

NGÔ QUYỀN ĐẠI PHÁ QUÂN NAM HÁN

Nghe tin Dương Diên Nghệ bị giết chết, Ngô Quyền liền đem quân từ Ái Châu ra đánh Kiều Công Tiễn để báo thù cho chủ tướng và cũng là cha vợ. Ngô Quyền xuất thân ở Phong Châu (Phú Thọ), vùng đất tổ của dân tộc Lạc Việt.

Bị Ngô Quyền tiến đánh, Kiều Công Tiễn cầu cứu nhà Nam Hán. Hán chủ nhân cơ hội phái thái tử Hoằng Tháo (Lưu Hồng Thao) dẫn quân xuống giúp Kiểu Công Tiễn, nhưng thực chất là để xâm chiếm đất An Nam. Vì vậy, bản thân Hán chủ Lưu Yểm cũng dẫn quân đi tiếp ứng theo sau con trai.

Khi Hoằng Tháo tiến vào gần sông Bạch Đằng, Ngô Quyền đã giết chết Kiều Công Tiễn (938), làm chủ toàn bộ Âu Lạc và đang chuẩn bị binh lực chống nhà Nam Hán. Chiến lược của Hoằng Tháo là dùng thủy quân tiến vào sông Bạch Đằng, rồi đi ngược lên vùng Tiên Du – nơi quân Nam Hán hi vọng có nhiều

DÉBÂCLE DES HAN MERIDIONAUX PAR NGÔ QUYỀN

Ayant appris que Dương Diên Nghệ a été tué, Ngô Quyền conduit son armée depuis Ái Châu pour combattre Kiều Công Tiễn afin de venger son chef et beau-père. Ngô Quyền est originaire de Phong Châu (Phú Thọ), territoire d'origine du peuple vietnamien. Attaqué par Ngô Quyền, Kiều Công Tiễn appelle les Hàn meridionaux à la rescousse. Le roi Hàn, profite de l'occasion: il envoie le prince Hóngcāo (Hoằng Tháo en vietnamien) ou LiúHóngcāo (Lưu Hồng Tháo en vietnamien) qui mène son armée pour secourir Kiểu Công Tiễn mais aussi, en réalité, pour envahir le Âu Lạc. C'est pourquoi, le roi Hàn, LiúYǎn, suit son fils avec son armée en renfort.

Quand Hóngcāoarrive près du fleuve Bạch Đằng, Ngô Quyền a déjà tué Kiều Công Tiễn (938), maîtrise l'entièreté de Âu Lạc et est en train de préparer son armée à la lutte contre les Hàn méridionaux. La stratégie de Hóngcāoest d'utiliser la marine pour remonter le fleuve Bạch

thành phần ủng hộ mình - Sau đó sẽ đổ quân xuống băng qua sông Đuống tiến về thành Đại La.

Đoán biết được chiến lược này, Ngô Quyền đem quân chặn ngay cửa sông Bạch Đằng và bố trí nhiều cọc gỗ lớn cắm xuống lòng sông để bẫy giặc. Khi thủy triều lên cao, đầu cọc chìm dưới nước không trông thấy, khi thủy triều hạ xuống cọc mới nhô lên.

Cuộc chiến diễn ra vào mùa thu năm 938, Ngô Quyền đợi lúc thủy triều lên cho thuyền nhỏ ra đánh khiêu khích, dẫn dụ thủy quân địch vào trận địa vượt qua bẫy cọc chông. Sau đó, khi thủy triều bắt đầu rút thì tập trung lực lượng đánh bật trở lại, đẩy thuyền địch mắc kẹt vào trận địa cọc chông, khiến cho chiến thuyền của giặc phần bị vỡ, phần không di chuyển được. Thuyền quân Nam Hán bị đánh đắm rất nhiều, quân địch chết đuối quá nửa. Hoằng Tháo cũng bị giết chết. Chúa Nam Hán Lưu Yểm nhận tin bại trận phải rút quân về Phiên

Đằng jusqu'à la région de Tiên Du - où il espère avoir beaucoup de soutiens – pour ensuite traverser le fleuve Đuống et progresser vers la citadelle Đại La.

Pressentant cette stratégie, Ngô Quyền dispose ses troupes à l'embouchure du fleuve Bạch Đằng et installe des grands pieux en bois dans le lit du fleuve pour piéger l'ennemi. A marée haute, les pieux sont invisibles sous l'eau, mais émergent à marée basse.

La bataille se déroule à l'automne 938. Ngô Quyền attend la marée haute pour provoquer l'ennemi avec de petites embarcations et entraine la marine ennemie au-delà des pièges de pieux. Plus tard, lorsque la marée commence à descendre, il concentre ses forces pour donner la contre-offensive, repousse les navires ennemis vers le champ de pieux et provoque ainsi la destruction d'une partie d'entre eux, les autres restant bloqués, incapables de manœuvrer. La plupart des navires des Hàn méridionaux s'échouent. Plus de la moitié des ennemis sont noyés, et Hóngcāo tué. Ayant été averti de la défaite, le roi Hàn méridionaux,LiúYǎn, ordonne la retraite vers Fányúet n'ose plus

Ngung, không dám sang quấy nhiễu nữa.

Chiến thắng Bạch Đằng được xem là cột mốc quan trọng trong tiến trình tự chủ và độc lập của dân tộc. Với chiến thắng này, dân tộc Việt Nam đã chứng tỏ được năng lực tự chủ của mình sau hơn một ngàn năm bị đô hộ bởi nhiều triều đại phương Bắc. Thời kỳ Bắc thuộc chính thức kết thúc.

Ngô Quyền trong giết được nghịch thần, ngoài đánh tan ngoại bang xâm lược. Tấm lòng trung nghĩa lưu truyền thiên cổ và mở đường cho các triều đại Đinh, Lê, Lý, Trần nắm giữ quyền tự chủ đất Âu Lạc từ đó.

venir troubler le pays.

La victoire de Bạch Đằng est considérée comme une étape importante dans la progression vers l'autonomie et l'indépendance du peuple vietnamien. Avec cette victoire, le peuple vietnamien a prouvé sa capacité d'autonomie après plus de mille ans de domination par de nombreuses dynasties du Nord. La domination chinoise se termine officiellement.

Ngô Quyền a, en interne, tué le sujet rebelle, et à l'extérieur, il a défait les envahisseurs étrangers. Il transmet ainsi à la postérité son sens de la fidélité, de la loyauté et ouvre dès lors la voie de l'autonomie aux dynasties des Đinh, Lê, Lý, Trần.

NHÀ NGÔ VÀ THỜI KỲ TỰ CHỦ

Năm 939, Ngô Quyền xưng Vương, đóng đô ở Cổ Loa (Hà Nội), đặt quan chức, chế triều nghi, định phục sắc và chỉnh đốn triều chính, chí hướng dựng nghiệp lâu dài. Ngô Quyền lập Dương thị làm vương

DYSNASTIE DES NGÔ ET ÈRE DE L'AUTONOMIE

En 939, Ngô Quyền se proclame roi, installe sa capitale à Cổ Loa (Hà Nội), nomme les fonctionnaires, crée le protocole de la cour, fixe la tenue des mandarins pour différencier les grades et met de l'ordre dans les affaires de la Cour, avec l'aspiration à bâtir une

hậu. Tuy nhiên, Ngô Vương chỉ làm vua được sáu năm thì mất, thọ 47 tuổi.

Năm 945 Ngô Quyền mất, Dương Tam Kha là em trai của Dương hậu tiếm quyền cháu ruột Ngô Xương Ngập, tự xưng là Bình vương. Ngô Xương Ngập sợ hãi phải chạy trốn sang Nam Sách (thuộc Hải Dương), Dương Tam Kha bắt em trai Ngô Xương Ngập là Ngô Xương Văn, nhận làm con nuôi để làm bình phong cho việc nắm giữ binh quyền.

Năm 950, Dương Tam Kha sai Ngô Xương Văn cùng Dương Cát Lợi và Đỗ Cảnh Thạc đem quân đi dẹp loạn ở thôn Thái Bình (thuộc Sơn Tây). Ngô Xương Văn dẫn quân đi rồi lập mưu với hai tướng, quay lại bắt Dương Tam Kha. Nể tình cậu cháu, Ngô Xương Văn không giết Dương Tam Kha, chỉ giáng chức xuống làm Trương Dương công. Sau đó, Ngô Xương Văn xưng là Nam Tấn Vương, cho đón anh là Ngô Xương Ngập về, cùng

œuvre qui dure longtemps. Ngô Quyền attribue à sa femme Dương le titre de reine. Cependant, il ne reste sur le trône que six ans en décédant à l'âge de 47 ans.

En 945, Ngô Quyền décède. Dương Tam Kha, frère cadet de la reine Dương, usurpe le pouvoir de son propre neveu Ngô Xương Ngập et s'auto proclame roi sous le nom de Bình Vương. Epouvanté, Ngô Xương Ngập s'enfuit à Nam Sách (Hải Dương) et Dương Tam Kha oblige le petit frère de Ngô Xương Ngập, Ngô Xương Văn, à devenir son fils adoptif, ce qui lui sert de prétexte pour garder le pouvoir.

En 950, Dương Tam Kha envoie Ngô Xương Văn avec Dương Cát Lợi et Đỗ Cảnh Thạc au hameau de Thái Bình (Sơn Tây) pour réprimer la rébellion. Ngô Xương Văn part avec son armée, puis élabore un stratagème avec ses deux généraux et revient sur ses pas pour capturer Dương Tam Kha. Par égard pour leur lien de parenté, il ne tue pas Dương Tam Kha, et le rétrograde seulement au titre de Trương Dương công (Công : premier des cinq ordres de la noblesse asiatique ancienne, souvent, le nom des seigneurs se termine par "công", mot qui peut

nhau cai quản việc nước. Ngô Xương Ngập xưng là Thiên Sách Vương. Thời kỳ hai vua này được các nhà sử học gọi là Hậu Ngô vương.

Được ít lâu, Ngô Xương Ngập mất (954), quyền hành hoàn toàn trong tay Ngô Xương Văn, nhưng thế lực nhà Ngô ngày một sa sút, giặc giã nổi lên khắp nơi... Từ khi Dương Tam Kha tiếm quyền, các sứ quân nổi lên nhất quyết không quy phục, Ngô Xương Văn phải đích thân dẫn quân đánh dẹp mãi không yên, rồi bị tên bắn chết ở thôn Thái Bình, làm vua được mười lăm năm (965).

Sau khi Nam Tấn Vương mất, con trai của Ngô Xương Ngập là Ngô Xương Xí lên nối nghiệp, thế lực nhà Ngô càng lụn bại. Các sứ quân nổi lên cát cứ mỗi kẻ một vùng. Ngô Xương Xí cũng rút về nắm giữ đất Bình Kiều. An Nam rơi vào cảnh nội loạn kéo dài đến hơn 20 năm, với 12 sứ quân. Sau đây là tên và vùng cát cứ của 12 sứ quân:

être équivalent à duc. Ainsi, Trương Dương Công peut être compris duc Trương Dương).

Plus tard, Ngô Xương Văn se proclame roi sous le nom de Nam Tấn Vương et fait revenir son frère aîné Ngô Xương Ngập pour gouverner ensemble le pays. Ngô Xương Ngập se proclame roi sous le nom de Thiên Sách Vương. Les historiens dénomment "dynastie des Ngô postérieurs" le règne des deux rois.

Peu de temps après, Ngô Xương Ngập décède (954). Le pouvoir est entièrement aux mains de Ngô Xương Văn, mais la puissance de la dynastie des Ngô décline progressivement et la rébellion émerge partout...

Depuis l'usurpation du pouvoir par Dương Tam Kha, des seigneurs féodaux se sont soulevés, résolus à ne pas se soumettre. Ngô Xương Văn doit diriger lui-même l'armée mais n'arrive pas à pacifier le pays. Il finit par être tué par une flèche au hameau de Thái Bình (955) après être resté sur le trône pendant quinze ans.

Après la mort de Nam Tấn Vương, son successeur est le fils de Ngô Xương Ngập, Ngô Xương Xí. La puissance de la famille Ngô s'affaiblit

1. Ngô Xương Xí giữ Bình Kiều (nay là làng Bình Kiều, Hưng Yên).

2. Đỗ Cảnh Thạc giữ Đỗ Động Giang (thuộc huyện Thanh Oai).

3. Trần Lãm, xưng là Trần Minh Công giữ Bố Hải Khẩu (Kỳ Bố, tỉnh Thái Bình).

4. Kiểu Công Hãn, xưng là Kiểu Tam chế giữ Phong Châu (huyện Bạch Hạc).

5. Nguyễn Khoan, xưng là Nguyễn Thái Bình giữ Tam Đái (phủ Vĩnh Tường).

6. Ngô Nhật Khánh, xưng là Ngô Lãm Công giữ Đường Lâm (Phúc Thọ, Sơn Tây).

7. Lý Khuê, xưng là Lý Lang Công giữ Siêu Loại (Thuận Thành).

8. Nguyễn Thủ Tiệp, xưng là Nguyễn Lịnh Công giữ Tiên Du (Bắc Ninh).

9. Lữ Đường, xưng là Lữ Tá Công giữ Tế Giang (Văn Giang, Bắc Ninh).

10. Nguyễn Siêu, xưng là Nguyễn Hữu Công giữ Tây Phù Liệt (Thanh Trì, Hà Đông).

11. Kiểu Thuận, xưng là Kiểu Lịnh Công giữ Hồi Hồ

de plus en plus. Les seigneurs féodaux se soulèvent et s'arrogent chacun une portion du territoire. Ngô Xương Xí effectue une retraite pour garder les terres de Bình Kiều. Âu Lạc bascule dans une guerre intestine entre les 12 seigneurs féodaux durant plus de 20 ans. Les 12 seigneurs féodaux et les régions qu'ils occupent sont :

Ngô Xương Xí à Bình Kiều (village de Bình Kiều actuel, Hưng Yên).

Đỗ Cảnh Thạc à Đỗ Động Giang (faisant partie du district Thanh Oai).

Trần Lãm, alias Trần Minh Công à Bố Hải Khẩu (Kỳ Bố, province de Thái Bình).

Kiểu Công Hãn, alias Kiểu Tam chế à Phong Châu (district de Bạch Hạc).

Nguyễn Khoan, alias Nguyễn Thái Bình à Tam Đái (district de Vĩnh Tường).

Ngô Nhật Khánh, alias Ngô Lãm Công giữ Đường Lâm (Phúc Thọ, Sơn Tây).

Lý Khuê, alias Lý Lang Công à Siêu Loại (Thuận Thành).

Nguyễn Thủ Tiệp, alias Nguyễn Lịnh Công à Tiên Du (Bắc Ninh).

Lữ Đường, alias Lữ Tá Công à Tế Giang (Văn Giang, Bắc Ninh)

Nguyễn Siêu, alias Nguyễn Hữu Công à Tây Phù Liệt (Thanh Trì, Hà Đông).

(Cẩm Khê, Sơn Tây).

12. Phạm Bạch Hổ, xưng là Phạm Phòng giữ Đằng Châu (Hưng Yên).

Suốt 20 năm ròng, các sứ quân liên tục đánh chiếm lẫn nhau làm cho người dân đói khổ triền miên. Loạn 12 sứ quân chỉ chấm dứt khi Đinh Bộ Lĩnh ở Hoa Lư dẹp tan, thu gom giang sơn về một mối lập nên triều nhà Đinh.

Kiểu Thuận, alias Kiểu Lịnh Công à Hồi Hồ (Cẩm Khê, Sơn Tây).

Phạm Bạch Hổ, alias Phạm Phòng à Đằng Châu (Hưng Yên).

Pendant 20 longues années durant lesquelles les seigneurs guerroient entre eux, la population vit dans une misère ininterrompue. La rébellion des 12 seigneurs ne cesse que lorsque Đinh Bộ Lĩnh, issu de Hoa Lư, les a soumis pour unifier le pays et fonder la dynastie des Đinh.

Những năm đầu Dành Lại Quyền tự chủ của nước Âu Lạc Các triều đại Ngô Đinh và Tiền Lê

LES PREMIERES ANNEES DU PAYS AN NAM AUTONOME. LES DYNASTIES DES NGÔ, ĐINH ET LÊ ANTERIEURS

Kể từ khi Ngô Quyền chiến thắng quân Nam Hán, đem lại nền tự chủ cho đất Âu Lạc, đã có 3 triều đại ngắn trị vì trong khoảng thời gian 70 năm, đó là các nhà Ngô, nhà Đinh và nhà Tiền Lê. Tuy thời gian tại vị ngắn ngủi, nhưng mỗi triều đại đã có những đóng góp quan trọng cho nền tự chủ của dân tộc.

NHÀ NGÔ (939- 965)

Có hai giai đoạn:

Tiền Ngô Vương (939 - 945): Năm 939 Ngô Quyền

Après la victoire de Ngô Quyền sur l'armée des Hàn méridionaux (Nam Hán en vietnamien), offrant l'autonomie aux terres d'An Nam, 3 dynasties se succèdent pour gouverner pendant de courtes périodes durant 70 ans. Ce sont les dynasties des Ngô, Đinh et Lê antérieurs. Bien que leur règne soit court, chaque dynastie a contribué de façon importante à l'autonomie du peuple.

DYNASTIE DES NGÔ (939-965)

Deux étapes se distinguent:

Ngô antérieur (939-945). En 939, Ngô Quyền se proclame roi

xưng Vương, đóng đô ở Cổ Loa, kinh đô cũ của An Dương Vương, dấu ấn của thời kỳ độc lập của dân tộc Lạc Việt. Nhà Vua đã xây dựng một triều đình độc lập với Bắc phương, nhưng rập khuôn theo hình thức phương Bắc. Từ các lễ nghi tôn giáo cho đến các chức vụ và phẩm phục của triều đình nhà Hán.

Sau 6 năm cầm quyền, Ngô Quyền mất, truyền ngôi cho con là Ngô Xương Ngập. Ngô Xương Ngập bị cậu ruột cướp ngôi chấm dứt giai đoạn Tiền Ngô.

Hậu Ngô Vương (950-965): Năm 950, Ngô Xương Văn là em trai Ngô Xương Ngập, đã dành lại ngôi từ tay cậu ruột. Ngô Xương Văn cho người đón anh về cùng trị vì thiên hạ. Thời gian hai anh em Xương Ngập và Xương Văn cùng trị vì, sách sử gọi là Hậu Ngô.

Dưới thời Hậu Ngô giặc giã nổi lên khắp nơi, đất nước lâm vào cảnh đại loạn, do sự giao tranh giữa 12 Sứ quân.

Thập nhị sứ quân: Nguyên nhân của sự kiện lịch sử đau

et installe sa capitale à Cổ Loa, ancienne capitale de An Dương Vương, vestige de la période d'indépendance du peuple Lạc Việt. Le roi édifie une Cour qui, bien qu'indépendante du Nord, colle exactement au modèle de celle-ci, depuis les rites religieux jusqu'aux mandarinat et tenues des mandarins, Après 6 ans au pouvoir, Ngô Quyền décède et laisse le trône à son fils Ngô Xương Ngập. Mais le pouvoir de Ngô Xương Ngập est usurpé par son propre oncle maternel, ce qui met fin à l'étape Ngô antérieur.

Ngô postérieur (950-965). En 950, Ngô Xương Văn, jeune frère de Ngô Xương Ngập, reprend le pouvoir des mains de son oncle maternel. Ngô Xương Văn fait revenir son frère pour gouverner avec lui. Les documents historiques appellent "ère des Ngô postérieurs" le règne commun des deux frères Xương Ngập và Xương Văn.

Sous les Ngô postérieurs, l'agitation se répand partout, le paysest confronté à des troubles importants : la guerre entre les 12 seigneurs féodaux.

Les 12 seigneurs féodaux. Ce fait historique douloureux a pour

thương này là do sự tranh giành ngôi báu giữa Dương Tam Kha và các cháu ruột họ Ngô của mình. Thời kỳ loạn lạc đó kéo dài trên 20 năm khoảng từ 944 đến 968.

NHÀ ĐINH (968 -980)

Đinh Tiên Hoàng (968 - 979)

Đinh Bộ Lĩnh người ở Hoa Lư, con ông Đinh Công Trứ, làm Thứ sử Hoan Châu thời Dương Diên Nghệ và Ngô Vương Quyền. Đinh Bộ Lĩnh tuy con quan nhưng tuổi thơ sống với mẹ ở quê, chơi với trẻ chăn trâu, lấy bông lau làm cờ, bày đánh trận. Thiếu niên họ Đinh được bọn trẻ tôn xưng làm thủ lĩnh. Thời loạn 12 sứ quân, Đinh Bộ Lĩnh cùng con trai là Đinh Liễn kết thân với sứ quân Trần Minh Công ở Bố Hải Khẩu. Khi Trần Minh Công mất, Đinh Bộ Lĩnh đem quân về Hoa Lư, chiêu mộ anh hùng hào kiệt, trấn giữ một phương.

Năm 951 đời Hậu Ngô Vương, Ngô Xương Ngập và Ngô Xương Văn đã đem quân vào đánh mà không

origine la dispute du trône entre Dương Tam Kha et ses propres neveux. Cette période de troubles s'étend sur plus de 20 ans, aux environs des années allant de 944 à 968.

DYNASTIE DES ĐINH (968 -980)

Đinh Tiên Hoàng (968 - 979). Đinh Bộ Lĩnh, originaire de Hoa Lư, est le fils de Đinh Công Trứ, gouverneur de Hoan Châu sous Dương Diên Nghệ et le roi Ngô Quyền. Bien qu'étant fils de mandarin, Đinh Bộ Lĩnh passe sa jeunesse avec sa mère à la campagne, fréquente les gardiens de buffles, utilise les hampes de fleurs de roseau pour faire des drapeaux et simuler des batailles. L'adolescent Đinh est considéré par les autres jeunes comme leur supérieur. Durant la période des 12 seigneurs féodaux, Đinh Bộ Lĩnh et son fils, Đinh Liễn, s'allient au seigneur Trần Minh Công à Bố Hải Khẩu. Au décès de Trần Minh Công, Đinh Bộ Lĩnh ramène son armée à Hoa Lư et recrute des hommes valeureux pour défendre la région.

En 951, sous la dynastie des Ngô postérieurs, Ngô Xương Ngập et Ngô Xương Văn sont venus lui livrer bataille mais n'ont pas réussi à le vaincre. Le seigneur Phạm Bạch Hổ se soumet à

được. Đến khi nhà Ngô mất, Đinh Bộ Lĩnh được sứ quân Phạm Bạch Hổ hàng phục, phá được sứ quân Đỗ Cảnh Thạc. Từ đó đánh đâu thắng đấy, dân chúng tôn là Vạn thắng Vương.

Năm 968 Vạn thắng Vương lên ngôi hoàng đế, xưng Tiên Hoàng Đế, đặt quốc hiệu là Đại Cồ Việt, đóng đô ở Hoa Lư. Vua Đinh Tiên Hoàng phong Nguyễn Bặc làm Định quốc công, Lê Hoàn làm Thập đạo Tướng quân và phong con Đinh Liễn là Nam Việt Vương.

Năm 970 vua Đinh Tiên Hoàng đặt năm ngôi hoàng hậu. Trong năm hoàng hậu, một vị họ Dương gốc Thanh Hóa là nơi khởi nghiệp của Tiên Hoàng, một vị khác họ Ngô thuộc gia tộc của Ngô Vương Quyền (là mẹ của sứ quân Ngô Nhật Khánh), ba vị còn lại tuy không rõ danh tánh, nhưng có nhiều khả năng thuộc các dòng họ cự phách tại nước Việt lúc bấy giờ...

Phật giáo dưới triều đại nhà Đinh: Phật giáo đóng vai trò quan trọng dưới triều

Đinh Bộ Lĩnh qui défait le seigneur Đỗ Cảnh Thạc. Depuis lors son autorité ne cesse de grandir, il remporte toutes les batailles, et le peuple le proclame Vạn Thắng Vương (le roi aux 10.000 victoires)

En 968, Vạn Thắng Vương monte sur le trône d'empereur sous le nom de Tiên Hoàng Đế (premier empereur), donne le nom de Đại Cồ Việt au pays, et installe sa capitale à Hoa Lư. Le roi Đinh Tiên Hoàng confère à Nguyễn Bặc le titre de Định quốc công (le duc qui stabilise le pays), à Lê Hoàn le titre de Thập đạo tướng quân (Général Commandant des dix Régions Administratives) et à son fils Đinh Liễn le titre de Nam Việt Vương (Prince de Nam Việt).

En 970, le roi Đinh Tiên Hoàng met en place cinq reines. L'une d'entre elles porte le patronyme de Dương et est originaire de Thanh Hóa, lieu où Tiên Hoàng a débuté son entreprise. Une autre dont le patronyme est Ngô, appartient à la famille de Ngô Quyền (elle est la mère du seigneur Ngô Nhật Khánh). On ne connaît pas le nom des trois autres mais il est possible qu'elles appartiennent à d'illustres familles vietnamiennes...

Le Bouddhisme sous la dynastie Đinh. Le Bouddhisme joue un rôle important sous le règne de Đinh Tiên

đại của Đinh Tiên Hoàng. Sau Phật giáo là đạo Lão rồi mới đến đạo Nho. Vua Đinh phong cho Ngô Chân Lưu, một vị sư dòng dõi Ngô Vương làm Tăng thống và ban quốc hiệu Khuông Việt Đại sư. Ngô Chân Lưu được tham dự triều chính như một vị Tể tướng.

Giao thiệp với nhà Tống bên Tàu: Năm 970 vua Thái tổ nhà Tống là Triệu Khuôn Dẫn, sai tướng là Phan Mỹ đem quân xâm chiếm Nam Hán tiếp giáp với nước ta. Đinh Tiên Hoàng nhìn thấy nguy cơ cận kề nên một mặt chủ trương hòa hiếu, mặt khác lo tổ chức một quân đội hùng mạnh để sẵn sàng ứng chiến.Vua Tiên Hoàng chia lãnh thổ Đại Cồ Việt thành 10 đạo, mỗi đạo có một lực lượng dân quân khoảng 100.000 người.

Năm 973 thấy nhà Tống bình định được Nam Hán, Tiên Hoàng bèn cử sứ sang Bắc triều xin giao kết nhằm giữ thế. Vua nhà Tống lúc đó cũng chưa mạnh nên đã phong cho Đinh Liễn (con trai Đinh Tiên Hoàng) làm Kiểm

Hoàng. Après le Bouddhisme suit le Taoïsme puis le Confucianisme. Le roi Đinh nomme Ngô Chân Lưu, un bonze de la lignée du roi Ngô, au titre national de Khuông Việt Đại sư (Grand Maître Khuông Việt). Ngô Chân Lưu est autorisé à participer aux affaires de la Cour comme le ferait un Premier Ministre.

Relations avec la dynastie chinoise Sòng (Tống en vietnamien). En 970, le roi Tàizǔ (Thái Tổ en vietnamien) des Sòng, dont le nom est Zhào Kuāngyìn (Triệu Khuôn Dẫn en vietnamien), ordonne à Pān Měi (Phan Mỹ en vietnamien) d'envahir avec son armée les territoires des Hàn méridionaux adjacents à notre pays. Đinh Tiên Hoàng se rend compte du danger imminent ; c'est pourquoi, d'une part il opte pour une position conciliante et d'autre part il prend soin de préparer une armée puissante prête à entrer en guerre. Le roi Tiên Hoàng divise le territoire de Đại Cồ Việt en 10 Régions Administratives, chacune d'elles disposant de milices populaires de 100.000 personnes.

En 973, les Sòng ont pacifié les Han méridionaux. Alors, Tiên Hoàng envoie uneambassade à la cour du Nord pour nouer des relations diplomatiques afin de préserver sa position. Le roi Sòng d'alors n'est

hiệu Thái sư, Tĩnh hải quân Tiết độ sứ An Nam. Còn Đinh Tiên Hoàng được phong làm Giao Chỉ quận Vương. Đây là một sự nhượng bộ của Tống triều, vì nhà Tống chưa đủ lực xâm chiếm nước ta, còn vua Đinh thì biết thế mình nên đã có bước ngoại giao hợp thời tránh xung đột.

Nhà Đinh suy vong: Năm 979 vua Đinh Tiên Hoàng và Nam Việt Vương Đinh Liễn bị quân hầu Đỗ Thích ám sát. Triều đình hành tội Đỗ Thích và tôn Vệ vương Đinh Toàn lên làm vua. Đinh Toàn mới 6 tuổi, nên Hoàng thái hậu Dương Vân Nga nhiếp chính việc triều đình. Trải qua những cuộc binh biến trong nội triều và sự can thiệp của quân Chiêm Thành, Lê Hoàn - Thập đạo Tướng quân từ thời Đinh Tiên Hoàng - vẫn giữ được quyền lực lớn nhất, có ảnh hưởng nhiều trong triều chính.

Tháng 7 năm 980, nhà Tống phương Bắc rục rịch mang quân đánh An Nam. Trong tình thế đó Thái hậu Dương Vân Nga đã cởi áo long bào trao ngôi báu nhà Đinh cho

pas encore assez puissant, ce qui le pousse à nommer Đinh Liễn (fils Đinh Tiên Hoàng) au titre de Kiểm Hiệu Thái sư (Haut Conseiller Royal Kiểm Hiệu), Gouverneur Provincial de Tĩnh Hải. Quant à Đinh Tiên Hoàng, il est nommé roi de Giao Chỉ. Il s'agit là de concessions de la part de la dynastie des Sòng parce qu'elle n'est pas encore assez puissante pour envahir notre pays. Quant au roi Đinh, connaissant sa position, il a fait un premier pas diplomatique approprié pour éviter des conflits.

Déclin de la dynastie Đinh. En 979 le roi Đinh Tiên Hoàng et Nam Việt Vương Đinh Liễn sont assassinés par l'ordonnance Đỗ Thích. La Cour exécute Đỗ Thích et met le prince Vệ vương Đinh Toàn sur le trône. Đinh Toàn n'a que 6 ans, c'est pourquoi le reine mère Dương Vân Nga assure la régence. Malgré les putsches militaires en interne et les incursions de l'armée Champa, Lê Hoàn, le Général Commandant des dix Régions Administratives de l'époque de Đinh Tiên Hoàng, reste toujours le plus puissantavec beaucoup d'influence à la Cour.

Au 7è mois de l'an 980, les Song du Nord sont sur le point d'attaquer l'An Nam. Face à cette situation, la reine mère Dương Vân Nga enlève son

Lê Hoàn. Ngôi vị nhà Đinh chấm dứt.

NHÀ TIỀN LÊ (980 - 1009)

Cuộc bàn giao quyền lực chính trị từ nhà Đinh sang nhà Lê diễn ra êm ả với sự chủ động của Hoàng thái hậu Dương Vân Nga, nên sau này bà tiếp tục được phong là một trong số các bà hoàng của triều Lê.

Lê Hoàn lên ngôi, xưng là Đại Hành hoàng đế. Đó là năm 980. Triều đại của Lê Hoàn được sử nước ta gọi là nhà Tiền Lê để phân biệt với một triều đại họ Lê thứ nhì của Lê Lợi, trị vì năm thế kỷ sau đó.

Lê Đại Hành chống quân nhà Tống. Tháng 8 năm 980, vua Tống sai sứ mang chiếu thư sang dụ Lê Đại Hành đầu hàng, lời lẽ ban phát: *"Giao Châu của ngươi ở xa cuối trời, thực là ngoài năm cõi. Nhưng phần thừa của tứ chi, ví như ngón chân ngón tay, tuy một ngón bị đau, bậc thánh nhân lại không nghĩ đến hay sao? Cho nên phải mở lòng u tối của ngươi để*

manteau royal et remet le trône à Lê Hoàn. Le règne des Đinh s'achève.

DYNASTIE DES LÊ ANTÉRIEURS (980 - 1009)

La passation du pouvoir politique de la dynastie Đinh à la dynastie Lê s'est déroulée de façon paisible à l'initiative de la reine mère Dương Vân Nga, c'est pourquoi elle continue à rester parmi les reines de la dynastie des Lê.

Lê Hoàn monte sur le trône et se proclame empereur Đại Hành en 980. Sa dynastie est appelée dynastie des Lê antérieurs par nos historiens pour la distiguer de la seconde dynastie des Lê de Lê Lợi cinq siècle plus tard.

Lutte de Lê Đại Hành contre les Sòng. Au 8è mois de l'an 980, le roi Sòng envoie une ambassade portant une ordonnance royale demandant à Lê Đại Hành de se soumettre : *"Ton Giao Châu est au bout de l'horizon, vraiment en dehors du monde. Cependant, le sage peut-il ne pas penser à la douleur de la partie même superflue des membres telle que les orteils ou les doigts ? Par conséquent, tu dois ouvrir ton esprit obscur pour recevoir mes sages enseignements. Me suis-tu ?"*

thanh giáo của ta trùm tỏa, người có theo chăng?"

Tiếp theo đoạn phủ dụ đầu hàng này là lời đe dọa sẽ "làm cỏ nước Nam" nếu vua Nam không chịu theo giáo hóa của Bắc triều.

Lê Đại Hành hồi đáp với lời lẽ nhún nhường, nhân danh Đinh Toàn xin được nối ngôi Cha, nhưng phía nhà Tống lờ đi và đem quân tiến đánh.

Quân Tống do Tôn Toàn Hưng cầm đầu tiến vào nước Nam theo 2 ngả thủy bộ. Trên bộ, tiền quân do Hầu Nhân Bảo chỉ huy đã tiến sâu vào nội địa dọn đường cho đại quân chủ lực đi sau đợi thủy binh. Thủy binh do Lưu Trừng chỉ huy, ngược sông Bạch Đằng tiến vào nước Nam. Tại đây Lê Đại Hành sai quân đóng cọc dưới lòng sông, chặn không cho vào nên phải rút lui. Nhóm quân Hầu Nhân Bảo bị cô lập, đợi lâu không nhận được tiếp viện nên phải rút về phía Lạng Sơn, dọc đường bị quân của Lê Đại Hành phục kích giết chết rất nhiều.

Giữa mùa hè, quân Tống phần bị cảm mạo, lại bị quân

Faisant suite à cette demande de reddition arrive la menace "d'exterminer le pays du Sud" si le roi du Sud ne se soumet pas à la dynastie du Nord.

Lê Đại Hành répond avec humilité, au nom de Đinh Toàn et il demande que ce dernier puisse succéder à son père. Mais les Sòng font la sourde oreille et attaquent avec leur armée.

L'armée Song, commandée par Sūn Huánxīng (Tôn Toàn Hưng en vietnamien), se dirige vers le Sud par les 2 voies terrestre et maritime. Sur terre, l'avant-garde commandée par Hóu Rénbǎo (Hầu Nhân Bảo en vietnamien) s'enfonce dans notre territoire pour préparer la voie au gros de la troupe en attendant la Marine. La Marine, commandée par Liú Chéng (Lưu Trừngen vietnamien), entre dans notre pays en remontant le fleuve Bạch Đằng. Lê Đại Hành fait planter des pieux dans le lit du fleuve. Liú Chéng ne pouvant pénétrer dans le fleuve décide de se retirer. L'avant-garde de Hóu Rénbǎo, après une longue période d'attente sans recevoir de renfort, se retire vers Lạng Sơn. De nombreux soldats de cette avant-garde sont tués par l'armée de Lê Đại Hành en embuscades.

Au cœur de l'été, l'armée Sòng, d'une part atteinte de maladie, d'autre

Lê Hoàn tấn công dữ dội, khiến tan vỡ phải bỏ chạy về nước. Tướng nhà Tống là Trọng Tuyên vội cấp báo với triều đình xin rút quân về, một mặt chia quân phòng thủ các châu quận bên Tàu để đề phòng quân Nam tiến qua. Vua Tống đành phải chấp thuận lời tâu của Trọng Tuyên, đổ lỗi thất trận cho các tướng cầm quân. Tôn Toàn Hưng bị gọi về triều, hạ ngục rồi bị giết chết. Lưu Trừng sợ quá ốm chết.

Quân ta tuy thắng trận, nhưng Lê Đại Hành vẫn nhún nhường sai sứ sang cầu hoà, triều cống. Vua nhà Tống đành thuận phong cho vua Đại Hành là Tiết độ sứ, năm 993 phong làm Giao Chỉ quận Vương, rồi tới năm 997 phong làm Nam Bình Vương. Sau trận giao tranh năm 981, nhà Tiền Lê và nhà Tống phương Bắc luôn giữ được thế giao hảo hòa hiếu. Ngay cả sau khi vua Lê Đại Hành mất thế này vẫn được duy trì.

Vua Lê Đại Hành đánh Chiêm Thành, dẹp loạn và sửa sang đất nước

part attaquée violemment par l'armée de Lê Hoàn, effectue dans la débâcle une retraite vers son pays. Le général Sòng, Trọng Tuyên, se dépêche d'en informer la Cour pour demander l'autorisation de se retirer et, d'autre part, dispose ses troupes pour défendre le territoire chinois contre d'éventuels progressions de l'armée du Sud. Le roi Sòng, malgré lui, accepte la demande de Trọng Tuyên mais impute la responsabilité de la défaite aux généraux. Sūn Huánxīng est rappelé à la Cour, emprisonné puis exécuté. Liú Chéng prend peur et décède de maladie.

Notre armée remporte la victoire mais Lê Đại Hành humblement envoie une ambassade pour demander la cessation des hostilités et paie des tributs. Le roi Sòng se résigne à nommer le roi Đại Hành Gouverneur Provincial. En 993, il nomme ce dernier Giao Chỉ quận Vương (roi de Giao Chỉ) et en 997 Nam Bình Vương (roi Pacificateur du Sud). Après la guerre de 981, la dynastie des Lê antérieurs et la dynastie Sòng continuent à garder des relations diplomatiques pacifiques et amicales. Cette situation perdure même après la mort de Lê Đại Hành.

Guerre avec le Champa, répression des rébellions et

Từ năm 972, vua Parvaravarman (Bồ Mi Thuế) trị vì nước Chiêm Thành. Đây là thời kỳ Chiêm Thành thường xuyên đánh phá nước Việt tại phía nam. Năm 979 vua Chiêm đã cùng Ngô Nhật Khánh đem chiến thuyền tấn công Hoa Lư, song gặp bão lớn nên thất bại. Sau khi lên ngôi, vua Đại Hành đã cử hai sứ giả sang thông hiếu nhưng cả hai đều bị vua Chiêm bắt giữ.

Trước tình thế đó, sau khi phá tan cuộc xâm lăng của nhà Tống tại phương bắc, năm 982 Lê Đại Hành đã mang quân chinh phạt Chiêm Thành. Quân Chiêm đại bại, vua Chiêm Thành bị chết tại trận. Quân nhà Lê tiến vào kinh đô Chiêm Thành tịch thu của cải, phá bỏ thành trì rồi rút về. Nước Chiêm thành sau đó phải rời đô về sâu phía nam. Đây là cuộc chiến tranh đầu tiên với Chiêm Thành của các triều đại độc lập Việt Nam.

Sau khi đánh bại cuộc xâm lăng từ phương Bắc và bình định được đối thủ tại phương Nam, vua Lê Đại

consolidation du pays par le roi Lê Đại Hành.

Depuis 972, le roi Parvaravarman (Bồ Mi Thuế en vietnamien) règne sur le Champa. C'est la période où le Champa effectue des incursions régulières dans le Sud du pays des Viêt. En 979, le roi de Champa s'allie à Ngô Nhật Khánh et attaque Hoa Lư avec des navires mais il rencontre une grosse tempête et échoue. Après être monté sur le trône, le roi Đại Hành a envoyé deux ambassadeurs pour envisager l'instauration de relations diplomatiques, mais tous deux sont arrêtés et emprisonnés.

Face à cette situation, après avoir contré l'invasion des Song du Nord, en 982 Lê Đại Hành mène une expédition punitive contre le Champa. L'armée Champa essuie une sévère débâcle et son roi meurt sur le champ de bataille. L'armée des Lê entre dans la capitale de Champa, confisque les biens, détruit les remparts puis se retire. Le Champa doit déplacer sa capitale vers le Sud. Cette guerre est la première que les dynasties indépendantes vietnamiennes livrent au Champa.

Hành tổ chức lại triều chính vẫn dập theo khuôn mẫu của đời Đường bên Tàu. Lê Đại Hành cũng lập nhiều hoàng hậu thuộc các cự tộc trong nước giống như Đinh Tiên Hoàng trước đó. Điều đáng lưu ý là vua Lê đã dùng một vị thái sư người Tàu là Hồng Hiến và tiếp tục trọng dụng các vị sư Phật giáo trong guồng máy triều đình như dưới triều đại nhà Đinh. Thiền sư Ngô Chân Lưu, là người từng được vua Đinh Tiên Hoàng trước đây tín cẩn, nay tiếp tục được vua Lê trọng dụng. Ngoài ra một vị sư danh tiếng khác là Sư Vạn Hạnh cũng được nhà vua thỉnh ý trong các quyết định quan trọng như chống Tống, bình Chiêm.

Thời vua Lê Đại Hành, mặc dầu đạt được nhiều chiến công chống ngoại xâm, nhưng tình hình trong nước không yên, có nhiều cuộc nội loạn khiến nhà vua phải thân chinh đi đánh dẹp. Vua cũng giao cho các hoàng tử binh quyền để chấn giữ các nơi hiểm yếu. Nhưng chính điều này đã tạo nên tình

Après avoir défait les envahisseurs du Nord et pacifié l'ennemi du Sud, le roi Lê Đại Hành réorganise sa Cour sur le modèle de celle des Táng de la Chine. Lê Đại Hành met en place aussi plusieurs reines comme Đinh Tiên Hoàng avant lui. Il est à remarquer que le roi Lê a recours aux services d'un grand bonze chinois du nom de Hồng Hiến et continue à nommer des bonzes bouddhistes à des postes importants à la Cour comme sous la dynastie Lê. Le bonze Ngô Chân Lưu, précédemment personne de confiance de Đinh Tiên Hoàng, est toujours bien considéré. En outre, le roi prend aussi conseil auprès d'un autre bonze célèbre, Vạn Hạnh, pour ses décisions importantes telles que celles relatives aux guerres contre les Sòng et le Champa. Sous Lê Đại Hành, malgré de nombreuses victoires sur les ennemis extérieurs, le pays ne connaît pas la paix à l'intérieur. Plusieurs rébellions éclatent et obligent le roi à diriger l'armée en personne pour les réprimer. Le roi confie aussi le pouvoir militaire aux princes pour défendre les endroits stratégiques et

trạng các hoàng tử có sẵn quân trong tay, đánh giết lẫn nhau để dành ngôi, khi nhà vua băng hà vào năm 1005.

Cuộc huynh đệ tương tàn kéo dài một năm, kết thúc khi Lê Long Đĩnh đoạt được quyền lực. Lê Long Đĩnh là người tàn ác nhất trong số bốn hoàng tử của vua cha Lê Hoàn. Sau khi đoạt được ngôi báu, Long Đĩnh hành động bạo ngược, lấy việc giết người làm thú vui, say đắm sắc dục, biến việc triều chính thành trò tiêu khiển. Lê Long Đĩnh chỉ làm vua được 4 năm thì chết khi mới 24 tuổi.

Khi Long Đĩnh chết, triều đình tôn Lý Công Uẩn lên làm vua, khai sáng nên cơ nghiệp nhà Lý. Nhà Tiền Lê trị vì tổng cộng được 29 năm và chấm dứt sự nghiệp chính trị trong sự tự lụn bại.

difficilement accessibles, mais ce fait a pour conséquence que les princes, disposant chacun d'une armée, s'entretuent pour prendre possession dutrône à la mort du roi en 1005.

La guerre fratricide dure un an et se termine quand Lê Long Đĩnh parvient à ravir le pouvoir. Lê Long Đĩnh est le plus cruel des quatre princes du roi Lê Hoàn. Après s'être emparé du trône, il agit de façon brutale, s'amuse à commettre des tueries, s'adonne à la luxure et transforme la Cour en lieu de distraction. Il reste sur le trône 4 ans seulement et décède à l'âge de 24 ans.

A la mort de Long Đĩnh, la Cour élève Lý Công Uẩn au rang de roi, fondant la dynastie des Lý. La dynastie des Lê antérieurs a régné pendant 29 ans et termine son œuvre politique dans la décadence.

Nhà Lý Và Công cuộc bình Chiêm, phá Tống

DYNASTIE DES LÝ ET PACIFICATION DU CHAMPA, ANEANTISSEMENT DES SÒNG (TỐNG EN VIETNAMIEN)

Cuối năm 1009, vua Lê Long Đĩnh chết, con còn nhỏ. Lúc bấy giờ, triều thần cũng như dân chúng và tăng đạo đều chán ghét Lê Long Đĩnh do thói càn ngông, ăn chơi sa đoạ. Vì vậy, sư Vạn Hạnh và các tướng lãnh trong triều, đứng đầu là Đào Cam Mộc tôn Điện tiền chỉ huy sứ Lý Công Uẩn lên làm vua. Lý Công Uẩn lên ngôi lấy hiệu là Thiên Thành (sau khi mất được tôn thụy hiệu là Lý Thái Tổ), mở đầu cho triều nhà Lý.

A la fin de l'an 1009, le roi Lê Long Đĩnh décède, laissant un enfant en bas âge. A cette époque, la Cour comme la population et le clergé bouddhique sont tous dégoûtés par Lê Long Đĩnh à cause de son caractère excentrique, de son goût de la luxure. Par conséquent, le bonze Vạn Hạnh et les dignitaires de la Cour, menés par Đào Cam Mộc, mettent le Général Commandant du Commandement du Palais (Điện tiền chỉ huy sứ en vietnamien) Lý Công Uẩn sur le trône sous le nom de Lý Thái Tổ, fondant ainsi la dynastie des Lý.

LÝ CÔNG UẨN VÀ VIỆC ĐỊNH ĐÔ THĂNG LONG

Lý Công Uẩn lên ngôi, lập sáu hoàng hậu, lập con trưởng Phật Mã làm thái tử, các con khác đều phong tước hầu. 13 người con gái đều phong công chúa. Ông gả con gái trưởng là An Quốc công chúa cho Đào Cam Mộc và phong cho Đào Cam Mộc là Nghĩa Tín hầu. Đặc biệt triều Lý là triều đầu tiên mang tục đặt tên thụy cho vua như Thái Tổ, Thái Tông... sau khi vua băng hà dựa theo các hành động và đức độ của nhà vua lúc sinh thời. Đó là một tập tục phổ biến tại Nước Tàu, nhưng chưa được áp dụng tại đất Đại Việt dưới thời Đinh và Lê.

Lý Công Uẩn lên ngôi hoàng đế năm 1010. Một trong những điều đầu tiên nhà Vua làm là dời đô từ Hoa Lư ra Đại La. Theo Đại Việt sử ký toàn thư, khi thuyền vua đỗ lại dưới thành, có rồng vàng hiện lên nơi thuyền ngự. Nhân thế bèn đổi tên thành

LÝ CÔNG UẨN ET ÉTABLISSEMENT DE LA CAPITALE À THĂNG LONG

Lý Công Uẩn monte sur le trône, met en place six reines, nomme son fils aîné prince héritier, ses autres fils marquis, ses 13 filles princesses. Il donne la main de sa fille aînée, la princesse An Quốc, à Đào Cam Mộc et nomme celui-ci marquis Nghĩa Tín. Il est à noter particulièrement que la dynastie des Lý est la première à adopter la coutume de donner des titres posthumes aux rois comme Thái Tổ, Thái Tông...en référence à leurs agissements, leur droiture et générosité de leur vivant. Il s'agit d'une coutume largement connue en Chine mais pas encore d'application àĐại Việt sous les dynasties des Đinh et des Lê.

Lý Công Uẩn devient empereur en 1010. Un de ses premiers actes est le déplacement de la capitale de Hoa Lư à Đại La. Selon les Annales d'histoire de Đại Việt, quand l'embarcation du roi s'est arrêtée à la citadelle, un dragon jaune est apparu et a recouvert l'embarcation. C'est pourquoi Đại La est renommé Thăng Long

Đại La thành Thăng Long. Việc dời đô từ Hoa Lư (vùng Trường Yên, Ninh Bình) bấy giờ về Thăng Long đánh dấu một bước ngoặt lớn trong lịch sử đất nước.

Hoa Lư là một địa điểm có rừng, núi, sông hiểm trở bao quanh, tốt để tổ chức phòng ngự khi đất nước có binh biến, nhưng không phải là nơi thích hợp cho việc định đô lâu dài trong thời bình.

Lý Công Uẩn dời đô về Thăng Long với tầm nhìn xa trông rộng, về một Đại La cho việc phát triển một kinh đô hiện đại của quốc gia đủ sức đương đầu với các nước khác. Cái nhìn đó phù hợp với quá trình vận động phát triển của dân tộc Đại Việt, sau ba lần Bắc thuộc, đã dành được độc lập với các triều đại Ngô, Đinh và Lê trước đó.

(littéralement le dragon qui s'élève dans le ciel). Le déplacement de la capitale de Hoa Lư (région de Trường Yên, Ninh Bình) à Thăng Long est un tournant historique important pour le pays.

Hoa Lư est une région accidentée entourée de forêts, de montagnes et de fleuves, appropriée à la défense en cas de guerre. Mais elle n'est pas appropriée à l'installation prolongée d'une capitale en temps de paix.

Lý Công Uẩn, avec une vision large et à long terme de l'avenir du pays s'est déplacé à Đại La pour développer une capitale moderne, capable de tenir tête à d'autres pays. Cette vision concorde avec la campagne de développement du peuple Đại Việt qui a reconquis son indépendance durant les dynasties précédentes des Ngô, Đinh et Lê, après avoir été trois fois sous domination chinoise.

ĐỊNH HÌNH CHẾ ĐỘ PHONG KIẾN ĐẦU TIÊN Ở VIỆT NAM

Tổ chức chính quyền, quân đội thời Lý. Thời Tiền Lê, các con của Lê Đại Hành đều được phong vương và

INSTALLATION DU PREMIER REGIME FEODAL AU VIETNAM

Organisation du pouvoir politique, de l'armée sous la dynastie des Lý. A l'époque des Lê antérieurs les fils de Lê Đại Hành ont tous le titre de prince et

chia ra trấn giữ các miền trong nước. Lý Thái Tổ cũng theo gương Lê Đại Hành phong tất cả các con tước vương, trấn giữ thái ấp những nơi hiểm yếu. Bên cạnh đó, các đại thần cũng được phong thái ấp, có gia nô và quân lính riêng. Như thế, Lý Thái Tổ đã chia đất nước thành những thái ấp như những tiểu quốc bên trong một Đại quốc. Các vị vương hoặc đại thần này trở thành những lãnh chúa có quyền lực.

Tuy nhiên, các lãnh chúa Việt Nam lệ thuộc nhiều vào vua chứ không rộng quyền như các lãnh chúa châu Âu, hoặc Nhật Bản, bởi vì đất đai của các thái ấp chỉ chiếm một phần nhỏ tổng số đất đai toàn quốc. Phần lớn các làng xã ngoài thái ấp nộp thuế trực tiếp cho triều đình. Mặt khác, Phật giáo ở Việt Nam, do căn bản giáo lý, trong tương quan với triều đình, có nhiều khác biệt so với giáo hội Thiên Chúa giáo La Mã ở châu Âu. Sau cùng, xã hội Việt Nam lúc đó cũng không có một tầng lớp thị

se partagent la défense des régions du pays. Lý Thái Tổ suivant cet exemple nomme tous ses fils princes pour garder les fiefs importants et difficilement accessibles. Parallèlement, les grands dignitaires de la Cour reçoivent aussi des fiefs, avec des domestiques et ils peuvent disposer de leur propre armée. Ainsi, Lý Thái Tổ a divisé le pays en fiefs tels des petits pays dans un grand pays. Les princes et les grands dignitaires deviennent des seigneurs puissants. Cependant, les seigneurs vietnamiens dépendent grandement du roi, ils n'ont pas un pouvoir aussi important que les seigneurs européens ou japonais parce leurs fiefs n'occupent qu'une petite partie du territoire national. La majorité des hameaux, villages situés à l'extérieur des fiefs paient leur impôt directement à la Cour. Au Vietnam, étant donné le dogme du Bouddhisme, les relations du clergé bouddhique avec la Cour se différencient en nombreux points de celles du clergé catholique romain en Europe. Enfin, il n'existe pas non plus dans la société vietnamienne d'alors une classe de population urbaine comme en Europe ou au Japon.

Au sujet de l'organisation de la Cour, en résumé, la hiérarchie mandarinale est divisée en 9 niveaux. A la Cour,viennent au premier rang

dân như tại châu Âu và Nhật Bản.

Về tổ chức triều đình, quan chế đời Lý có 9 bậc. Trong triều, đứng đầu văn võ có Tể tướng và Á tướng. Tể tướng giữ chức Phụ quốc Thái phó với danh hiệu "Bình chương quân quốc trọng sự". Các Á tướng giữ chức Tả hữu tham tri chính sự. Dưới Tể tướng và Á tướng là các Hành khiển. Các Tể tướng, Á tướng và Hành khiển nằm trong cơ quan gọi là Mật Viện. Dưới bộ phận trung khu (mật viện) là 6 Bộ, các Sảnh, các Viện.

Năm 1010, Lý Thái Tổ chia các khu vực hành chính, đổi mười đạo thời Đinh- Lê thành các lộ và phủ. Đến đầu đời Lý Nhân Tông, trên địa bàn cả nước có 24 phủ-lộ. Dưới phủ là huyện và dưới huyện là hương, giáp, thôn. Về cơ bản, quan chế đời nhà Lý khá giống với nhà Tống bên Tàu. Đây là công cuộc tổ chức hành chính quy mô lớn, xây dựng bộ máy chính trị, hành chính điều hành toàn diện đất nước.

Quân đội thời Lý có quân

le Premier ministre (Tể tướng en vietnamien = Premier ministre féodal) et les Vices Premiers Ministres (Á tướng en vietnamien = Vice Premier Ministre féodal). Le Premier Ministre joue le rôle de Phụ quốc Thái phó (littéralement Grand Dignitaire adjoint au roi) avec le titre de Bình chương quân quốc trọng sự (littéralement Chargé des affaires importantes). Les vices Premiers Ministres secondent le Premier Ministre. Les vices Premiers Ministres et les Ministres (Hành khiển en vietnamien = ministre féodal) sont sous les ordres du Premier Ministre. Le Premier Ministre, les vices Premiers Ministres et les Ministres font partie d'un organisme appelé Conseil Secret du roi (Mật Viện en vietnamien). En dessous de l'organisme central (Mật Viện), l'organisation se compose de 6 ministères (Bộ), d'offices mandarinaux (Sảnh) et d'institutions (Viện)

En 1010, Lý Thái Tổ change les dix régions administratives installées sous les dynasties des Đinh et des Lê : il les divise en départements (Lộ en vietnamien) et provinces (Phủ en vietnamien). Jusqu'au début du règne du roi Lý Nhân Tông, tout le territoire est divisé en 24 départements et préfectures. En dessous des provinceson trouve les districts (huyện en vietnamien), et sous les districts

triều đình, thường gọi là cấm quân và quân các địa phương gọi là lộ quân hoặc sương quân (quân ở phủ, châu). Ngoài ra còn có lực lượng dân binh gồm hương binh ở vùng đồng bằng và thổ binh ở miền núi. Lực lượng dân chúng vũ trang này được động viên trong thời chiến.

Chính sách của nhà Lý với các sắc tộc thiểu số, cuộc nổi loạn của Nùng Trí Cao

Triều Lý tuy rằng đã củng cố được chính quyền trung ương vững mạnh hơn các triều Đinh và Lê, nhưng tại những nơi xa xôi, nhất là ở những vùng miền núi, thế lực của chính quyền trung ương vẫn còn yếu. Chính quyền thực sự tại các vùng này nằm trong tay tầng lớp thế tộc địa phương, như các tù trưởng ở các sách, các động. Quan hệ của những thế tộc này với triều đình ở miền xuôi khá lỏng lẻo. Trên thực tế các vùng này vẫn tự trị. Các châu mục chỉ có nhiệm vụ cống nạp lâm thổ sản, hoặc khoáng sản của vùng họ cho chính quyền trung ương mà thôi.

il y ales "hương, giáp, thôn" qui sont des divisions administratives citées ici par ordre d'importance décroissante. Fondamentalement, le mandarinat sous les Lý est similaire à celui des Sòng en Chine. Il s'agit d'une organisation administrative de grande envergure qui construit l'appareil gouvernemental pour tout le pays.

L'armée à l'époque des Lý se compose de l'armée de la Cour dite garde royale et des milices locales appelées "lộ quân" ou "sương quân" (milices des provinces, préfectures). En outre, il existe des milices populaires composées de "hương binh" dans les plaines et de "thổ binh" dans les régions montagneuses. Ces forces armées populaires sont mobilisables en cas de guerre.

Politique de la dynastie des Lý vis à vis des ethnies minoritaires, soulèvement de Nùng Trí Cao. Bien que le pouvoir central de la dynastie des Lý soit consolidé, plus fermement stable que celui des Đinh et des Lê, son influence reste cependant faible dans les régions lointaines, surtout dans les régions montagneuses. Le réel pouvoir dans ces régions est aux mains des classes des puissants régionaux comme les chefs de tribu. Les relations entre ces classes et

Tại nhiều nơi thuộc vùng biên giới với Nước Tàu, tùy theo tình hình, các thế tộc này lúc thì thần phục triều Tống, lúc lại theo nhà Lý. Chính vì vậy mà các vua nhà Lý đặc biệt quan tâm đến việc tạo ra quyền lực cai trị ở vùng này. Các phương pháp được triều Lý sử dụng bao gồm vừa mua chuộc tầng lớp thế tộc miền núi qua các quan hệ về hôn nhân, vừa dùng vũ lực để trấn áp những thành phần nào không chịu thần phục.

Ngay từ khi mới lên ngôi, Lý Thái Tổ đã gả con gái cho cho tù trưởng động Giáp ở Lạng Châu là Giáp Thừa Quý, Thừa Quý đổi họ sang họ Thân và được phong làm châu mục Lạng Sơn. Dòng họ Thân làm châu mục Lạng Sơn liên tục được kết thông gia với các vua nhà Lý vì tầm quan trọng của vùng yếu địa cửa ngõ đất nước. Ngoài họ Thân tại Lạng Sơn, các vua triều Lý còn gả con gái cho nhiều tù trưởng khác nữa.

Chính sách hôn nhân đã ràng buộc được một số tù

la Cour de la basse région sont peu étroites. En réalité, ces régions restent autonomes. Le devoir des régions montagneuses ne consiste qu'à payer des tributs au pouvoir central avec leurs produits forestiers, agricoles ou minéraux régionaux.

Dans plusieurs régions frontalières avec la Chine, selon la situation, ces classes de puissants s'inféodent tantôt à la dynastie des Sòng, tantôt à la dynastie des Lý. C'est pourquoi les rois Lý s'attachent particulièrement à mettre en place leur pouvoir administratif dans ces régions. Le procédé utilisé par la dynastie des Lý est d'une part d'acheter la classe des puissants montagnards par des alliances matrimoniales et d'autre part d'utiliser la force pour réprimer ceux qui ne se soumettent pas. Juste après être monté sur le trône, Lý Thái Tổ a marié une de ses filles avec le chef de tribu Giáp Thừa Quý de la tribu Giáp à Lạng Châu. Thừa Quý change son patronyme en Thân et est nommé chef de district de Lạng Sơn. La famille Thân ayant des alliances matrimoniales avec les rois Lý occupe de façon continue la fonction de chef de district parce que leur terre, porte d'entrée du pays, a une position stratégique. A côté de la famille Thân à Lạng Sơn, les rois Lý

trưởng quan trọng đi theo triều đình. Nhưng nó đã không ràng buộc được tất cả các sắc tộc thiểu số vào với triều Lý, và nhiều cuộc nổi dậy đã xảy ra buộc nhà Lý phải dùng vũ lực đàn áp. Trong các cuộc nổi dậy này, có cuộc nổi dậy của Nùng Trí Cao là lớn mạnh nhất và có tầm quan trọng vì ảnh hưởng đến cả hai nước, Tống và Đại Việt.

Họ Nùng vốn là giòng họ đầu mục, có thế lực từ nhiều thế kỷ tại châu Quảng Nguyên. Vùng Quảng Nguyên thuộc địa phận tỉnh Cao Bằng bây giờ, là vùng đất nổi tiếng nhiều khoáng sản, nhất là vàng. Triều Lý và triều Tống đều rất quan tâm tới vùng này. Đầu thời Lý, vùng này nằm trong tầm kiểm soát của Đại Việt. Lúc bấy giờ, Nùng Tồn Phúc làm thủ lĩnh châu Thảng Do nổi loạn bị Lý Thái Tông dẹp tan. Nhà Lý cho Nùng Trí Cao, là con của Nùng Tồn Phúc làm quan với chức châu mục châu Quảng Nguyên.

Năm 1045, Nùng Trí Cao tụ tập lực lượng nổi dậy. Vua

ont également marié leurs filles avec d'autres chefs de tribu.

La politique d'alliance matrimoniale oblige un certain nombre de chefs de tribu importants à suivre la Cour. Mais elle n'a pas d'effet sur toutes les ethnies minoritaires à l'époque des Lý, ainsi plusieurs soulèvements ont eu lieu obligeant la dynastie des Lý à utiliser la force pour les réprimer. Parmi les soulèvements, celui de Nùng Trí Cao est le plus intense et il a une influence importante sur les deux pays Sòng et Đại Việt.

Les Nùng sont à l'origine des chefs de bande ayant beaucoup d'influence depuis plusieurs siècles dans le district montagneux de Quảng Nguyên. La région de Quảng Nguyên, située dans la province de Cao Bằng actuelle, est une région réputée posséder beaucoup de minerais, surtout de l'or. La Cour des Lý ainsi que celle des Sòng accordent une importance à cette région. Au début de la dynastie des Lý, cette région est sous contrôle de Đại Việt. A ce moment, Nùng Tồn Phúc, chef du district de Thảng Do se soulève et est battu par Lý Thái Tông. La dynastie des Lý nomme Nùng Trí Cao, fils de Nùng Tồn Phúc, au titre de chef du district de Quảng Nguyên. En 1045, Nùng Trí Cao rassemble ses troupes et se soulève. Le roi Lý

Lý sai thái úy Quách Thịnh Dật lên đánh nhưng không thắng nổi. Trí Cao đem quân chiếm châu An Đức (thuộc huyện Tĩnh Tây, tỉnh Quảng Tây hiện nay) làm căn cứ địa, đặt quốc hiệu là Nam Thiên, lấy niên hiệu là Cảnh Thụy, mở cuộc chiến tranh lấn sang cương vực nhà Tống. Binh lực Tống tại đây bấy giờ còn yếu, quân tinh nhuệ đều ở phía bắc đối phó với Bắc Liêu và Tây Hạ, cho nên Trí Cao đánh thắng quân Tống một cách dễ dàng. Trí Cao đã tấn công vào sâu đất Tống, đến dưới thành Quảng Châu, xong không hạ nổi thành phải trở lại Quảng Tây.

Năm 1053, vua Tống cử Địch Thanh làm tuyên phủ sứ đi đánh Trí Cao. Gặp phải tướng giỏi và quân tinh nhuệ của nhà Tống, Trí Cao liên tục thua trận, sau cùng bị người Đại Lý giết và cuộc khởi loạn đã bị nhà Tống dẹp tan. Trong cuộc chiến của Nùng Trí Cao với nhà Tống, nhà Lý lựa chọn cách đối xử tùy theo tình hình, tình thế các bên. Nhà Lý có lúc ngả

envoie l'officier supérieur Quách Thịnh Dật pour le combattre, mais ce dernier n'arrive pas à le vaincre. Trí Cao s'empare du district de An Đức (situé au district de Tĩnh Tây, province de Quảng Tây actuelle), y établit sa base et fonde un pays du nom de Nam Thiên, avec Cảnh Thụy comme nom de règne. Il engage la guerre et occupe le territoire des Sòng. La puissance militaire Sòng d'alors est faible, les troupes d'élite sont au Nord pour faire face aux Liáo septentrional (Bắc Liêu en vietnamien) et aux Xià de l'Ouest (Tây Hạ en vietnamien). C'est pourquoi Trí Cao vainc facilement les Sòng et s'enfonce loin dans leurs terres jusqu'à la citadelle de Guǎngzhōu (Quảng Châu en vietnamien). Cependant, il n'arrive pas à entrer dans Guǎngzhōu et doit retourner à Guǎngxī (Quảng Tây en vietnamien).

En 1053, le roi Sòng envoie Di Qing (Địch Thanh en vietnamien) combattre Trí Cao. Face à un bon général et aux troupes bien entrainées des Sòng, Trí Cao perd plusieurs batailles successives. A la fin il est tué par les troupes du royaume Dàlǐ (Đại Lý en vietnamien) et son soulèvement est réprimé par la dynastie des Sòng. Pendant la guerre entre Nùng Trí Cao et les Sòng, la dynastie des Lý change son attitude en fonction dela situation

sang ủng hộ nhà Tống, lúc lại ngả sang ủng hộ Nùng Trí Cao.

Cuộc nổi loạn của Nùng Trí Cao khiến cho tình hình tại biên giới Việt- Tống thời bấy giờ vô cùng phức tạp.Tuy nhiên, đối với nhà Lý, kẻ thù nguy hiểm nhất vẫn là triều Tống. Vì vậy nhà Lý rất chú trọng đến vùng biên giới giữa Đại Việt và Tống triều. Dưới thời nhà Lý, một đường biên giới xác định giữa hai nước đã dần dần được hình thành. Đường biên giới này về căn bản đã không thay đổi trong suốt một nghìn năm sau đó.

et de la position de chaque partie. Tantôt elle apporte son soutien à la dynastie des Sòng, tantôt à Nùng Trí Cao.

Le soulèvement de Nùng Trí Cao complique fortement la situation à la frontière entre le Vietnam et les Sòng. Cependant, pour la dynastie des Lý, l'ennemi le plus dangereux est toujours la dynastie des Sòng. C'est pourquoi elle accorde une importance particulière à la zone frontalière entre le Đại Việt et ladynastie des Sòng. Sous la dynastie des Lý, la ligne de démarcation entre les deux pays prend progressivement forme. Cette frontière ne changera pas pendant les mille ans qui vont suivre.

CÔNG CUỘC BÌNH CHIÊM - PHÁ TỐNG

Công cuộc bình Chiêm

Chiêm Thành ngay từ thời nước ta còn bị Bắc thuộc vẫn thường đem quân xâm lấn đất đai và cướp bóc.

Năm 1020, Lý Thái Tổ đã sai con là Khai Thiên Vương và tướng Đào Thục Phụ đánh vào Bố Chánh. Năm 1044, Lý Thái Tông (vị vua thứ nhì triều Lý) đem quân tiến vào

PACIFICATION DU CHAMPA - ANEANTISSEMENT DES SÒNG

Pacification du Champa.

A l'époque où notre pays est encore sous domination chinoise, l'armée du Champa empiète régulièrement sur notre territoire et dépouille la population de ses biens.

En 1002, Lý Thái Tổ envoie son fils Khai Thiên Vương et le général Đào Thục Phụ attaquer Bố Chánh. En 1044, Thái Tông (2è roi de la dynastie des Lý) emmène son

kinh đô Chiêm Thành, giết chết vua Chiêm Thành là Xạ Đấu, tàn sát và bắt rất nhiều tù nhân. Bị thất bại nặng nề, Chiêm Thành bề ngoài thần phục, cống nạp nhà Lý, nhưng bên trong rất muốn báo thù. Vào những năm 50 thế kỷ 11, vua Chiêm Thành là Chế Củ thường khiêu khích Đại Việt và âm thầm chuẩn bị quân lực để chờ thời cơ đánh Đại Việt.

Năm 1065, được nhà Tống ủng hộ, Chế Củ cắt đứt hẳn quan hệ với Đại Việt, thường xuyên đem quân quấy nhiễu vùng biên giới. Trước tình hình đó, Lý Thánh Tông (vị vua thứ ba triều Lý) quyết đem quân đi đánh Chiêm Thành. Ngày 24 tháng 2 năm 1069 Lý Thánh Tông hạ chiếu thân chinh đi phạt Chiêm Thành. Lý Thường Kiệt được phong làm Đại Tướng quân kiêm chức nguyên soái, dẫn năm vạn quân tiên phong. Quân Chiêm Thành ban đầu còn chống đỡ được một thời gian, sau thua chạy tan tác. Chế Củ bị bắt cùng với năm vạn quân đầu hàng. Chế Củ xin tha mạng sống

armée à la capitale du Champa, tue le roi Xạ Đấu du Champa, massacre et capture de nombreux ennemis. Suite à cette lourde défaite, extérieurement le Champa semble se soumettre, paie des tributs à la dynastie des Lý, mais intérieurement il nourrit un ardent désir de vengeance. Dans les années 50 du 11è siècle, le roi Rudravarmadeva (Chế Củ en vietnamien) du Champa provoque régulièrement le Đại Việt et prépare secrètement son armée dans l'attente d'une opportunité d'attaquer le Đại Việt.

En 1065, appuyé par la dynastie des Sòng, Rudravarmadeva coupe les relations avec Đại Việt, envoie régulièrement son armée troubler la région frontalière. Face à cette situation, Lý Thánh Tông (3è roi de la dynastie des Lý) décide d'attaquer le Champa. Le 24 du 2è mois de l'an 1069, Lý Thánh Tông décrète qu'il conduit en personne l'armée pour punir le Champa. Il nomme Lý Thường Kiệt général en chef de l'armée, et l'envoie en avant-garde avec 50.000 hommes. Au début, l'armée Champa arrive encore à résister pendant un moment, mais plus tard elle se disperse en plein désarroi. Rudravarmadeva est capturé avec 50.000 prisonniers. Il demande à

với lời cam kết cắt ba châu Bố Chánh, Địa Lý, Ma Linh (Quảng Bình và bắc Quảng Trị) cho nhà Lý cai quản.

Cuộc kháng chiến chống quân Tống xâm lược

Năm 981, Lê Hoàn đã đánh tan hai đạo quân xâm lược của nhà Tống, bảo vệ vững chắc nền độc lập của Đại Cồ Việt, buộc nhà Tống phải tạm giữ hòa khí trong một thời gian dài, nhưng trong thâm tâm các vua Tống vẫn chưa từ bỏ ý đồ thôn tính nước ta.

Bước qua thời nhà Lý, triều Tống phương Bắc ráo riết chuẩn bị chu đáo cho một cuộc chiến xuống phía nam với ý định mở mang bờ cõi. Đồng thời phô trương thanh thế với các nước phía bắc đang quấy nhiễu mình. Vương triều Lý đoán định được điều đó, nên cũng ra sức chuẩn bị phòng chiến.

Năm 1075, triều đình Lý quyết định tấn công để phá tan âm mưu và thăm dò tiềm lực quân sự của nhà Tống. Lý Thường Kiệt nói: *"ngồi im đợi giặc không bằng đem quân ra trước để*

avoir la vie sauve en échange de la cession des 3 régions de Bố Chánh, Địa Lý, Ma Linh (Quảng Bình et Nord Quảng Trị) à la dynastie des Lý.

Lutte contre les Sòng.

En 981, Lê Hoàn a défait les deux corps d'armée envahisseurs de la dynastie des Sòng pour défendre fermement l'indépendance du Đại Cồ Việt, obligeant ainsi les Sòng à respecter la paix pendant une longue période. Mais intérieurement les rois Sòng ne renoncent pas à l'idée d'annexer notre pays.

A l'époque des Lý, la dynastie des Sòng se prépare soigneusement et fiévreusement à une progression vers le Sud avec l'idée d'élargir ses frontières et en même temps d'exhiber sa puissance aux pays du Nord qui l'importunent. Pressentant cette idée, la dynastie des Lý s'efforce de préparer sa défense.

En 1075, la Cour des Lý décide d'attaquer pour briser le complot des Sòng et sonder leur potentiel militaire. Lý Thường Kiệt dit : "*rester assis tranquillement à attendre l'agresseur ne vaut pas l'envoi des troupes pour le stopper*". Il organise des attaques par surprise contre

chặn thế mạnh của giặc". Ông tổ chức một cuộc tập kích chiến lược vào các cơ sở quân sự và hậu cần của nhà Tống tại Ung Châu. Ngày 30/12/1075, quân nhà Lý tiến đánh Khâm Châu, ngày 02/01/1076 quân ta đánh Liêm Châu dễ dàng. Quân Tống không cản nổi bước tiến của quân nhà Lý.

Để tạo thuận lợi cho cuộc tấn công, sáng tỏ mục đích của cuộc tập kích, Lý Thường Kiệt đã cho niêm yết cáo thị "phạt Tống lộ bố văn", nói lý do tại sao mang quân sang đánh. Các nguyên nhân được đưa ra như việc chỉ đòi những đám dân chúng chống lại Đại Việt lẩn trốn trên đất Tống vv...

Ngày 18/01/1076, các cánh quân thủy bộ của Đại Việt đã kéo đến thành Ung Châu. Thành Ung Châu được tướng Tô Giam lão luyện, nhiều mưu kế giữ thành. Nhưng chênh lệch quân số quá lớn, lại bị giam hãm nhiều ngày, dù gây nhiều tổn thất cho quân Lý, nên cuối cùng thành Ung Châu vẫn bị hạ sau 42 ngày đêm. Cuộc

les bases militaires et logistiques des Sòng à Yōngzhōu(Ung Châu en vietnamien, nom actuel : Nánníng, Nam Ninh en vietnamien). Le 30 du 12è mois de l'an 1075, l'armée des Lý attaque Qīnzhōu (Khâm Châu en vietnamien), le 2 du 1er mois de l'an 1076, elle entre facilement dans Liánzhōu (Liêm Châu en vietnamien). L'armée desSòng n'arrive pas à empêcher la progression de celle des Lý. Pour créer des conditions favorables à l'attaque et justifier clairement son objectif, Lý Thường Kiệt fait afficher la "Déclaration de guerre aux Sòng" (Phạt Tống Lộ Bố Văn en vietnamien), énonçant clairement les raisons de la guerre. Les causes mentionnées sont telles que la demande de remise des insurgés vietnamiens se réfugiant sur les terres Sòng, etc... Le 18 du 1er mois de l'an 1076, les forces d'infanterie et de marine combinées de Đại Việt arrivent à la citadelle de Yōngzhōu, défendue par le général Sū Jiān (Tô Giam en vietnamien) expert dans la défense. Mais la différence des effectifs est trop grande, la citadelle Yōngzhōu, par ailleurs encerclée pendant une longue période, est vaincue après 42 jours, même si sa prise cause

tập kích đã giành thắng lợi, phá hủy được căn cứ quân sự, hậu cần của quân Tống.

Căm giận vì thua trận, nhà Tống huy động 10 vạn quân bộ binh, một vạn kỵ binh chia ba đường sang đánh Đại Việt. Hai toán quân đánh vào châu Quảng Nguyên (Cao Bằng) và châu Vĩnh An (Móng Cái). Toán quân chính dự định đánh vào Lạng Châu, đi dọc theo sông Thương tiến đến sông Cầu rồi vượt sông Lô tiến vào Thăng Long. Ngoài ra nhà Tống còn chuẩn bị thủy quân nhằm phối hợp với bộ binh và dùng để chở quân bộ vượt qua các con sông của Đại Việt.

Lý Thường Kiệt cho chuẩn bị ba phòng tuyến nhằm ngăn quân xâm lược. Phòng tuyến đầu là ải Quyết Lý ở phía bắc châu Quang Lang. Phòng tuyến thứ hai là ải Giáp Khẩu (Chi Lăng) phía nam châu Quang Lang. Hai phòng tuyến này đều được đặt trên một con đường hầu như độc đạo từ Nam Ninh tới Thăng Long (qua ải Nam Quan hiện nay). Phòng tuyến thứ ba, quan trọng cuối cùng

de nombreuses pertes à l'armée des Lý. L'attaque débouche sur une victoire et détruit la base arrière militaire de l'armée Sòng.

Rendue furieuse par la défaite, la dynastie des Sòng mobilise 100.000 fantassins et 10.000 cavaliers pour attaquer le Đại Việt par trois voies différentes. Deux ailes armées attaquent le district de Quảng Nguyên (Cao Bằng) et celui de Vĩnh An (Móng Cái). Le corps armé principal tente d'attaquer Lạng Châu, en suivant le fleuve Thương jusqu'au fleuve Cầu, puis traverse le fleuve Lô pour progresser vers Thăng Long. Par ailleurs, les Sòng préparent aussi la marine pour des opérations combinées avec les fantassins et pour faire traverser à ces derniers les fleuves de Đại Việt.

Lý Thường Kiệt fait préparer trois fronts pour empêcher l'invasion. La première ligne de défense se situe au défilé de Quyết Lý au Nord de Quang Lang, la deuxième est au défilé de Giáp Khẩu (Chi Lăng) au sud du district de Quang Lang. Ces deux lignes de défense sont installées sur des voies presque uniques allant de Nánníng (Nam Ninh en vietnamien) à Thăng Long (via le défilé de Nam Quan actuel).

là phòng tuyến nam ngạn sông Như Nguyệt (sông Cầu hiện nay), qua được con sông này đến phủ Thiên Đức là tới kinh đô Thăng Long. Tướng Lý Kế Nguyên được giao nhiệm vụ chỉ huy phòng tuyến quan trọng này.

Mùa thu năm 1076, quân Tống bắt đầu xâm lược nước ta. Vào giữa tháng 8 năm 1076, chúng đánh chiếm được trại Ngọc Sơn ở biên giới châu Vĩnh An (Móng Cái) sau đó tiến vào Đông Kênh định đi tiếp vào Bạch Đằng. Lý Kế Nguyên lập tức cho quân ra chặn đánh tan thủy quân Tống. Đây là chiến thắng có ý nghĩa chiến lược, vì cắt đứt sự phối hợp quân thủy, bộ của quân Tống. Các cánh quân bộ của Tống, dù gặp phải sự chống trả mãnh liệt của quân Đại Việt, vẫn vượt qua được hai phòng tuyến Quyết Lý và Giáp Khẩu của quân nhà Lý. Ngày 18/01/1077, đại quân của Quách Quỳ đã tiến đến bờ bắc đoạn sông Như Nguyệt, với đường cái lớn hướng về Thăng Long.

Đại quân Tống giao tranh

La troisième ligne de défense, importante, se trouve sur la rive méridionale du fleuve Như Nguyệt (fleuve Cầu actuel), la traversée de ce fleuve permettant d'aller jusqu'à la province de Thiên Đức et d'atteindre la capitale Thăng Long. Le général Lý Kế Nguyên est chargé du commandement de cette ligne de défense importante.

A l'automne de l'an 1076, l'armée Sòng commence à envahir notre pays. Dans le courant du 8è mois de l'an 1076, elle s'empare du camp Ngọc Sơn à la frontière du district de Vĩnh An (Móng Cái), puis avance vers Đông Kênh avec l'intention de gagner Bạch Đằng. Lý Kế Nguyên engage immédiatement le combat et met la marine Sòng en pièces. Il s'agit d'une victoire stratégique car elle réduit à néant la coordination entre la marine et les fantassins Sòng. Les ailes armées Sòng, malgré la riposte vigoureuse de l'armée Đại Việt, arrive quand même à passer les lignes de défense de Quyết Lý et de Giáp Khẩu tenue par l'armée des Lý. Le 18è jour du 1er mois de l'an 1077, la grande armée de Guō Kuí (Quách Quỳ en vietnamien) atteint la rive Nord du fleuve Như Nguyệt, ce qui lui offre la perspective

dữ dội với tuyến phòng thủ của tướng Lý Thường Kiệt nên không sao vượt sang bờ nam của sông Như Nguyệt được. Gần hai tháng trôi qua, quân Tống đã bị tiêu hao nhiều về quân số, lương thảo cũng cạn kiệt, tinh thần binh sĩ hoang mang, nao núng.

Trước tình trạng hai bên cầm cự nhau không phân thắng bại như vậy, Lý Thường Kiệt liền chủ động đưa đề nghị giảng hòa. Đó là chủ trương kết thúc chiến tranh mềm dẻo của Lý Thường Kiệt: "dùng biện sĩ bàn hòa, không nhọc tướng tá, khỏi tốn xương máu mà bảo toàn được tôn miếu". Quân Tống chấp thuận rút quân về nước vào đầu tháng ba năm 1077.

Đây là cuộc xâm lăng lần chót của nhà Tống vào nước Đại Việt và được đánh dấu bằng một thật bại nặng nề. Từ đó về sau, cho đến khi nhà Tống bị quân Mông Cổ tiêu diệt, quan hệ hai nước luôn giữ được tình trạng hoà hiếu.

d'arriver à Thăng Long par une grand-route pour autant qu'elle parvienne à traverser le fleuve.

La grande armée Sòng livre de violentes batailles à la ligne de défense du général Lý Thường Kiệt mais ne parvient pas à joindre la rive Sud du fleuve Như Nguyệt. Après presque deux mois, l'armée Sòng a subi beaucoup de pertes, les ravitaillements commencent à manquer, les troupes, déconcertées, perdent le moral.

Face à cette situation où les deux parties résistent sans parvenir à se départager, Lý Thường Kiệt prend l'initiative de proposer la paix. C'est son option de mettre fin à la guerre en douceur : "utiliser des négociateurs pour la paix, éviter la fatigue aux troupes, épargner des vies et sauvegarder le temple des ancêtres du roi". L'armée Sòng accepte de se retirer au 3è mois de l'an 1077. C'est la dernière fois que les Sòng envahissent le Đại Việt et il est à remarquer que cette invasion est une lourde défaite. Depuis lors et jusqu'au moment où la dynastie des Sòng est exterminée par les Mongols, la relation entre les deux pays reste paisible.

Xã hội Việt Nam dưới Triều nhà Lý

SOCIÉTÉ VIETNAMIENNE SOUS LA DYNASTIE DES LÝ

Nhà Lý là triều đại có nhiều cải cách trong chính sách cai trị. Điều này đã làm nên sự thay đổi lớn tới xã hội Việt Nam thời đó. Nổi bật nhất là triết lý Nho giáo được đề cao, Khổng Tử và các môn đệ của ông được tôn sùng.

La dynastie des Lý est celle qui a réalisé beaucoup de réformes au sujet de la politique gouvernementale. Ce qui apporte un grand changement dans la vie sociale d'alors. Le fait que le Confucianisme occupe une position importante est un élément marquant, Confucius (Khổng Tử en vietnamien) et ses disciples sont considérés avec respect.

SỰ PHÁT TRIỂN CỦA NHO HỌC

Trong thời kỳ Bắc thuộc lần thứ nhất, tầng lớp cai trị gồm các quan do nhà Hán cử sang và những Lạc dân được Hán hóa, việc truyền bá tư tưởng Nho giáo có mục đích

DÉVELOPPEMENT DU CONFUCIANISME

Durant la première domination chinoise, la classe gouvernante se compose de mandarins envoyés par les Hàn et de dignitaires locaux sinisés. La propagation de la pensée confucianiste a pour but de lier

gắn bó thuộc quốc với Bắc triều và duy trì ổn định xã hội. Tới thời Sỹ Nhiếp làm Thái thú, Nho giáo lại càng được phát triển mạnh hơn nữa, nhất là trong giới thế tộc và giới lãnh đạo. Tuy nhiên, cuộc nổi dậy của Hai Bà Trưng cho thấy ảnh hưởng của Nho giáo trong quần chúng còn rất giới hạn. Trong các thời kỳ Bắc thuộc sau đó, Nho giáo được sử dụng trở lại như phương tiện tạo sự thần phục Bắc triều... Qua tới các triều đại tự chủ của nhà Đinh, nhà Tiền Lê và nhất là dưới thời nhà Lý, ý thức tự chủ đã trở nên mạnh mẽ, triết lý Nho giáo không còn là phương tiện duy trì sự thần phục Bắc triều nữa, mà đã trở thành một phần văn hoá Đại Việt, giúp duy trì ổn định xã hội nội tại mà thôi.

Năm 1070, Lý Thánh Tông (vị vua thứ ba triều Lý), đổi quốc hiệu là Đại Việt, cho lập Văn Miếu, đắp tượng Khổng Tử và các môn đệ thờ tại ngoại ô Thăng Long.

étroitement le pays colonisé à la dynastie du Nord et de maintenir une société stable. A la période où Sĩ Nhiếp (Shì Xiè en chinois) est Gouverneur, le Confucianisme s'est encore plus fortement développé, surtout dans les classes mandarine et gouvernante. Cependant, le soulèvement des deux dames Trưng démontre que l'influence du Confucianisme est très limitée dans la classe populaire. Pendant les périodes ultérieures de la domination chinoise, le Confucianisme est de nouveau utilisé comme moyen d'inféodation à la dynastie du Nord.... Sous le règne des dynasties autonomes des Đinh, des Lê antérieurs et surtout sous la dynastie des Lý, une forte prise de conscience au sujet de l'autonomie s'est développée. La pensée confucianiste, même si elle n'est plus un moyen de soumission à la dynastie du Nord, fait partie intégrante de la société Đại Việt, servant seulement à maintenir la stabilité de la société. En 1070, Lý Thánh Tông (troisième roi de la dynastie des Lý) change le nom du pays en Đại Việt ; il fait édifier le Temple de la Littérature, ériger des statues de Confucius et de ses disciples dans la banlieue de

Nhà Vua còn lập trường dạy về Nho học và mở các kỳ thi tuyển chọn nhân tài cho guồng máy chính quyền. Có thể nói, đạo Nho được chính thức bảo trợ bởi triều đình Đại Việt từ đó.

HOÀN THIỆN TỔ CHỨC CHÍNH QUYỀN PHONG KIẾN

Sự cai trị dưới triều đại nhà Lý, được tổ chức theo thể chế Quân chủ tập quyền dựa trên nền tảng văn hoá Nho giáo, nhưng không phải là mô hình Quân chủ quan liêu.

Mô hình Quân chủ tập quyền dồn mọi quyền lực quốc gia vào tay Hoàng đế. Dưới vua có một bộ máy quan lại giúp việc phân cấp thành Khu Mật Viện và các Bộ là cơ quan đầu não của triều đình. Ngoài ra còn có các Sảnh và Hàn lâm viện. Dưới đó là các Viện, Ty, Cuộc. Các cấp địa phương từ cao tới thấp được chia ra từ phủ, lộ, châu, trại, huyện,

Thăng Long pour les vénérer. Le roi a créé une école enseignant le Confucianisme et instaure des examens pour la sélection des hommes de valeur au service de l'appareil gouvernemental. On peut dire que, dès lors, le Confucianisme est officiellement protégé par la Cour Đại Việt.

PARACHÈVEMENT DE L'ORGANISATION DU POUVOIR FÉODAL

L'administration sous la dynastie des Lý est organisée selon le régime de monarchie centralisée, en s'appuyant sur la culture confucianiste. Mais elle n'est pas une monarchie bureaucratique.

La monarchie centralisée concentre tout le pouvoir de l'état dans la main de l'empereur. Le roi est aidé par un organisme mandarinal divisé en Conseil Secret du Roi (Mật Viện en vietnamien) et en Ministères qui sont des organes de direction de la Cour. En outre, il existe des Offices mandarinaux et l'Académie. En-dessous de ces institutions, on trouve des Instituts, des Services Provinciaux et des Offices (Viện, Ty, Cuộc en vietnamien). Au niveau local, par ordre d'importance décroissant,

hương, giáp, phường, sách, động.

Các vương hầu và đại thần được cấp thái ấp có gia nô và quân lính riêng, nhưng khi hữu sự thường được giao trách nhiệm bình định tại các nơi ngoài vùng sở hữu của mình để tránh tệ trạng hùng cứ tại địa phương.

Các quan trong triều và ngoài các lộ, đều không có lương bổng, mà được hưởng thuế ruộng đất đầm ao của dân trong vùng thái ấp cai trị. Khi được đổi tới địa phương khác thì sẽ được hưởng lộc tại địa phương mới. Tới năm 1067, để tránh tình trạng nhũng lạm, các quan được trợ cấp thêm một khoản tiền, lúa, muối, cá vừa đủ sống, gọi là "tiền dưỡng liêm".

Về luật pháp, dưới triều nhà Lý, lần đầu tiên nước ta có hệ thống luật lệ được ghi chép thành văn bản. Năm 1042 Lý Thái Tông (Vua thứ nhì triều Lý) cho soạn các sách ghi các điều luật. Hình thư là bộ sách luật gồm 3 quyển, quy định các hình phạt, nếu một người phạm

l'administration est divisée en phủ, lộ, châu, trại, huyện, hương, giáp, phường, sách, động.

La noblesse et les grands dignitaires ont leurs propres fiefs, domestiques et armées, mais, en cas de problèmes, ils sont chargés de pacifier les régions qui ne leur appartiennent pas afin qu'ils ne puissent imposer leur souveraineté au niveau local.

Les mandarins, qu'ils soient de la Cour ou pas, n'ont pas de salaire, mais ils perçoivent les impôts payés par la population de la région qu'ils administrent. Quand ils sont mutés dans une autre localité ils reçoivent les avantages de celle-ci. En 1067, pour éviter la corruption, les mandarins reçoivent en plus du riz, du sel, des poissons et une petite somme d'argent suffisante pour subvenir à leurs besoins, appelée "argent anti-corruption" (tiền dưỡng liêm en vietnamien). Sous la dynastie des Lý, sur le plan légal, pour la première fois la loi est formalisée dans un texte écrit. En 1042, Lý Thái Tông (deuxième roi de la dynastie des Lý) fait établir des textes de loi. Ceux-ci constituent un ensemble de 3 tomes définissant les sanctions pour toute personne

vào một tội nào đó đã có ghi trong Luật.

Điều đặc biệt là trong triều đại nhà Lý, các Công chúa và Phi tần được tham dự vào các sinh hoạt triều chính. "Mùa hạ tháng 4 năm 1064, vua Lê Thánh Tông ngự tại điện Thiên Khánh xử kiện. Sử chép có Công chúa Động Thiên đứng hầu cạnh. Như vậy hẳn là việc các Công chúa tham gia công việc triều chính là chuyện thường xảy ra" (theo Đại Việt sử ký toàn thư).

QUÂN CHẾ THỜI LÝ

Quân chế thời Lý được tổ chức rất hoàn chỉnh. Cấm Vệ Quân lên tới hơn ba ngàn tướng sĩ, để bảo vệ Hoàng đế và triều đình tại kinh đô. Năm 1059, đời Lý Thánh Tông, cấm quân còn xăm trên trán 3 chữ "Thiên tử quân". Ngoài ra còn có các đạo quân "tấn công" và "trấn thủ" rất thiện chiến, đây là chủ lực quân dưới thời nhà Lý.

Dân đinh không thuộc các thái ấp đến tuổi 18 đều phải

ayant commis une infraction reprise dans la Loi.

Il est à remarquer que sous la dynastie des Lý, les princesses et les femmes du roi sont autorisées à participer aux activités de la Cour. "A l'été de l'an 1064, au 4è mois, le roi Lê Thánh Tông juge une affaire au palais de Thiên Khánh. Les documents historiques mentionnent que la princesse Động Thiên est debout à ses côtés. Ainsi, il est évident que les princesses participent régulièrement aux affaires de la Cour" (selon les Annales d'histoire de Đại Việt)

ORGANISATION DES FORCES ARMÉES À L'ÉPOQUE DES LÝ

Les forces armées de la dynastie des Lý sont organisées de façon parfaite enleur genre. La Garde Royale compte plus de 3.000 hommes, elle est chargée de défendre le roi et la capitale. En 1059, sous Lý Thánh Tông, les hommes de la Garde Royale se font tatouer sur le front les 3 caractères天子軍 (Thiên tử quân en vietnamien, littéralement "soldat du Fils du Ciel"). En outre, des corps d'armée "d'attaque" et "de défense" bien entrainés forment les principales forces armées sous la dynastie des Lý.

xung vào quân đội, được cấp lúa gạo hàng tháng, được thưởng thêm vải lụa và thực phẩm mỗi năm. Hàng tháng binh lính thay phiên nhau về nhà làm ruộng để đảm bảo việc canh nông. Chính sách luân phiên quân lính về nhà làm ruộng đã giúp bảo đảm quân số cần thiết khi có chiến tranh, và ổn định sản xuất phát triển kinh tế.

Dưới thời Lý đã có những đội quân được huấn luyện chiến đấu rất giỏi, kỷ luật rất nghiêm, người nào cũng có một kim bài để làm hiệu riêng. Trong trận chiến, đã có lúc thuyền của đội quân này bị đắm, người nào cũng nắm vững kim bài chết theo thuyền. Bởi vậy, quân lực dưới thời nhà Lý rất hùng mạnh. Đã có lần tướng Lý Thường Kiệt đem quân đánh sang Trung Hoa, tạo nên những chiến công thật hiển hách.

TÌNH HÌNH KINH TẾ XÃ HỘI DƯỚI TRIỀU NHÀ LÝ

Chính sách nông nghiệp: Ruộng đất nông nghiệp được

La population ne faisant pas partie des fiefs de princes et de dignitaires doit servir dans l'armée à partir de l'âge de 18 ans. Les engagés reçoivent mensuellement du riz, et annuellement du tissu et des denrées alimentaires. Chaque mois, les soldats, à tour de rôle, retournent chez eux pour assurer le travail agricole. Le système de roulement, laissant aux soldats la possibilité d'assurer le travail agricole, permet de disposer de l'effectif nécessaire en cas de guerre et de stabiliser la production et le développement de l'économie. Sous la dynastie des Lý, les troupes armées sont très bien entrainées et la discipline est sévère ; chaque homme a une plaque métallique reprenant son signe distinctif. A la guerre, il arrive que des navires font naufrage, tout le monde tient fermement sa plaque et meurt avec le navire. C'est pourquoi, la force militaire de la dynastie des Lý est très puissante. Le général Lý Thường Kiệt a, à plusieurs reprises, attaqué la Chine et remporté d'éclatantes victoires.

SITUATION ÉCONOMIQUE ET SOCIALE SOUS LA DYNASTIE DES LÝ

Politique agricole. Les terres agricoles sont gérées de différentes façons :

quản lý dưới các hình thức sau:

- Ruộng đất do triều đình quản lý trực tiếp: Gồm các doanh trại, đồn điền chiếm đoạt lại từ các quan lại Người Tàu trước đây và những đất đai chung quanh các lăng tẩm của nhà vua ở vùng Thiên Đức thuộc Bắc Ninh, quê hương của vua nhà Lý.

- Ruộng công của các hương ấp: Đây là phần lớn đất đai canh tác thời bấy giờ. Các nông dân khai thác hưởng lợi chung và đóng thuế cho công quỹ. Quỹ này là lợi tức chính yếu của chính quyền phong kiến thời nhà Lý.

- Ruộng đất của tư nhân: Loại ruộng đất này chủ điền khai thác, đóng thuế, có quyền sang nhượng vì không thuộc triều đình.

- Ruộng đất tại các thái ấp được nhà vua giao cho các vương hầu hay cho các nhà chùa: Đây là loại đặc quyền ưu đãi của nhà Lý với quan lại và hệ thống Phật giáo. Các chùa chiền này đa số là do nhà vua hay các vương

Terres gérées directement par la Cour. Elles se composent de camps militaires, de plantations confisquées aux mandarins chinois des temps passés et de terres situées aux alentours des tombeaux royaux dans la région de Thiên Đức, appartenant à Bắc Ninh, pays natal des rois Lý.

Rizières publiques des villages. Elles constituent la majorité des terres cultivées d'alors. Les paysans les exploitent, en tirent profit ensemble et paient des impôts à un fonds public. Ce fonds est la principale source de revenu du pouvoir féodal à l'époque des Lý.

Terres de particuliers. Ces terres sont exploitées par des propriétaires terriens. Ils paient les impôts et ont le droit de les céder à autrui car ces terres n'appartiennent pas à la Cour

Terres des fiefs que le roi a données à la noblesse ou encore au clergé bouddhiste. Il s'agit de privilège que le roi accorde aux mandarins et au clergé bouddhiste. Ces bonzeries dont la majorité sont bâties par le roi et la noblesse, réunissent de nombreux bonzes et bonzesses

Situation de la technologie et du commerce. En ce qui

hầu, quí tộc tạo dựng, quy tụ đông đảo tăng ni tu trì.

Tình hình công thương nghiệp: Về công nghệ trong thời đại nhà Lý, thịnh hành nhất là những ngành nghề liên quan tới sự phát triển của Phật giáo. Trong thời kỳ này, nhiều chùa, tháp được xây dựng, do đó ngành kiến trúc rất phát triển cùng với những nghề như đúc chuông, tạc tượng và nghề kim hoàn cũng phổ biến không kém. Triều đình nhà Lý đã có nhiều lần cung cấp hàng nghìn cân đồng cho các công trình đúc chuông, đúc tượng Phật khắp nơi.

Song song với công nghiệp tư nhân, triều đình nhà Lý có các cơ xưởng để đúc tiền, chế tạo binh khí, làm các đồ dùng cho hoàng gia và quan lại. Các vật dụng làm cho hoàng cung và quan chức không được phép lưu hành trong dân gian. Ngược lại, triều đình mua nhiều phẩm vật từ các nguồn cung cấp bởi dân chúng.

Thời vua Lý Thái Tông, nhà

concerne la technologie, les métiers liés au développement du Bouddhisme sont les plus en vogue. A cette période, sont bâties de nombreuses pagodes, tours, c'est pourquoi l'architecture se développe en même temps que les métiers de fondeur de cloches, de sculpteur de statues, et l'orfèvrerie n'est pas moins répandue. La Cour des Lý a fourni plusieurs fois des milliers de kilogrammes de cuivre pour les travaux de fonderie de cloches, de statues de Bouddha partout dans le pays.

Parallèlement aux technologies utilisées par des particuliers, la Cour des Lý a des ateliers pour battre la monnaie, fabriquer des armes et manufacturer le matériel pour la famille royale et les mandarins. Le matériel destiné à la famille royale et aux mandarins ne peuvent circuler dans la population. A l'inverse, la Cour achète beaucoup de produits de valeur produits par le peuple.

A l'époque du roi Lý Thái Tông, le roi ordonne l'apprentissage du tissage des soieries de grande valeur aux femmes du palais et fait construire des fermes pour la

vua còn truyền dạy cho các cung nữ dệt gấm vóc và thiết lập các trại trồng dâu nuôi tằm ngay trong hoàng cung. Các phẩm phục của nhà vua không còn phải dùng tới hàng hóa của nhà Tống bên Tàu nữa.

Ngành khai thác khoáng sản cũng được triều đình đặc biệt chú ý. Năm 1062 mỏ vàng tại Vũ Kiến và mỏ bạc tại Hạ Liên được khai phá. Năm 1198 tìm thấy mỏ thiếc tại Lạng Châu.

Nghề làm đồ gốm dưới triều nhà Lý đạt độ tinh xảo ngang với bên Tàu. Nội thương và ngoại thương dưới triều đại các vua nhà Lý đều phát triển mạnh. Kinh thành Thăng Long trở thành một trung tâm buôn bán quan trọng. Hoạt động giao thương giữa miền xuôi và miền ngược đã hình thành. Dân ở các đồng bằng thường chở muối, các đồ dùng bằng sắt lên miền núi đổi lấy lâm sản và vàng bạc. Tiền kim loại đã được dùng để trao đổi, buôn bán. Sự phồn thịnh về thương mại

plantation des mûriers et l'élevage des vers à soie à l'intérieur de palais même. On n'a plus besoin de marchandises importées de la dynastie des Sòng de Chine pour fabriquer les costumes du roi.

La Cour accorde aussi une importance particulière à l'exploitation des minerais. En 1062, la mine d'or de Vũ Kiến et la mine d'argent de Hạ Liên sont mises en exploitation. En 1198, un gisement d'étain est découvert à Lạng Châu.

Sous la dynastie des Lý, la poterie atteint un perfectionnement égal à celui de la Chine. Le commerce, tant intérieur qu'extérieur, se développe fortement. La capitale Thăng Long devient un centre de négoce important. Les activités commerciales entre les plaines et les régions montagneuses prennent forme. La population des plaines apportent souvent du sel, des objets en fer aux régions montagneuses pour les échanger contre des produits forestiers et des métaux précieux. La monnaie métallique est utilisée pour les échanges. Le commerce florissant induit le développement des voies de communication.

đã kéo theo phát triển về giao thông.

Việc buôn bán với nước ngoài được mở mang: Hầu hết hàng hóa được trao đổi với Trung Hoa. Thương nhân Việt, Hoa buôn bán với nhau bằng đường bộ xuyên qua biên giới và bằng cả thương thuyền. Ngoài ra, các thương nhân Việt còn trao đổi hàng hóa với Chiêm Thành, tuy chưa nhiều. Quan hệ ngoại thương thời Lý cũng đã bắt đầu vươn tới các nước ở xa hơn như đảo quốc Qua Oa (Java ngày nay), Xiêm La, Tam Phật Tề (phía nam Xiêm La). Vân Đồn (Quảng Ninh ngày nay) đã trở thành trung tâm giao dịch quốc tế thời đó.

Tình hình xã hội đời Lý: Giai tầng xã hội dưới thời nhà Lý đã phân biệt một cách rõ rệt. Cao nhất là các dòng tộc quyền quí và thấp nhất là giai cấp nô lệ. Giai cấp quyền thế phong kiến nắm hầu hết quyền lực xã hội. Trong việc thi cử ra làm quan, chỉ có con cái của giai cấp này được dự thi.

Một giai cấp đặc biệt trong thời nhà Lý là giai cấp Tăng

Le commerce avec les pays étrangers se développe. La plupart des échanges commerciaux se font avec la Chine. Les échanges entre commerçants vietnamiens et chinois se font par voie terrestre traversant les frontières et même par voie maritime. Par ailleurs, les commerçants vietnamiens font aussi des échanges de marchandises, bien qu'occasionnels, avec le Champa. Les relations commerciales sous les Lý commencent à être nouées avec des pays plus lointains comme le pays insulaire Qua Oa (Java actuel), le Siam, le Srivijaya (Tam Phật Tề en vietnamien, au Sud su Siam). Vân Đồn (Quảng Ninh actuel) devient le centre commercial international d'alors.

Situation sociale sous la dynastie des Lý. Les classes sociales sous les Lý se distinguent clairement. Au plus haut niveau se situent les nobles et les puissants et au plus bas niveau les esclaves. La classe influente féodale détient presque tous les pouvoirs dans la société. En ce qui concerne la sélection des mandarins, seuls les enfants de cette classe peuvent participer aux examens.

Le clergé bouddhiste constitue une classe particulière sous la dynastie des Lý. Il bénéficie

lữ. Họ là những người được hưởng đặc quyền về cả kinh tế lẫn chính trị. Về giai cấp nô lệ, họ là những tù binh trong các cuộc chiến, những người có tội bị trừng phạt buộc phải làm nô lệ, hoặc thường dân nghèo khổ phải bán mình và con cái làm nô lệ. Họ thường là các gia bộc, nô tỳ của tầng lớp giàu có, vương giả. Họ bị chủ nhân mua đi bán lại không thương tiếc.

Số đông trong xã hội là thành phần dân thường, họ là những nông dân, thợ thuyền, doanh nhân v.v... Giai cấp này là nguồn chủ lực của xã hội. Họ có bổn phận phải đóng thuế và đi lính. Với mục đích bảo vệ nguồn nhân lực, tài lực của quốc gia, nhà Lý cấm dân chúng không được bán con trai dưới 18 tuổi làm nô lệ cho các tư gia.

Nói tóm lại, xã hội Việt Nam dưới triều nhà Lý đã có nhiều thay đổi và phát triển mạnh về mọi mặt. Sự thay đổi và phát triển này là những đóng góp quan trọng của nhà Lý cho dòng chảy lịch sử dân tộc Việt Nam.

de privilèges sur le plan tant économique que politique. Les esclaves sont composés soit de prisonniers capturés à la guerre, soit de personnes condamnées à être esclaves, soit de simples citoyens qui se vendent eux-mêmes ou d'enfants qui sont vendus par leurs parents à cause de leur pauvreté. Ils sont domestiques, servants de la classe nantie ou de la noblesse. Ils sont achetés et revendus sans pitié par leurs propriétaires.

La majorité de la population est constituée de simples citoyens. Ils sont paysans, ouvriers, commerçants, etc... Cette classe constitue la force principale de la société. Elle a le devoir de payer les impôts et de servir dans l'armée. La loi des Lý interdit la vente des garçons de moins de 18 ans aux particuliers comme esclaves pour préserver la main d'œuvre et le potentiel de l'état.

En résumé, socialement parlant, il y a beaucoup de changements et d'importants développements à tous points de vue. Ces changements et développements constituent une importante contribution des Lý dans le courant évolutif de l'histoire du Vietnam

Nhà Trần và cuộc kháng chiến chống quân Nguyên-Mông

DYNASTIE DES TRẦN ET GUERRES DE RÉSISTANCE CONTRE LES YUÁN MONGOLS (NGUYÊN-MÔNG EN VIETNAMIEN)

Khi nhà Lý suy yếu, quyền lực rơi vào tay Trần Thủ Độ. Trần Thủ Độ ép Lý Chiêu Hoàng (8 tuổi) nhường ngôi cho chồng là Trần Cảnh (cũng 8 tuổi). Ngôi vị nhà Lý đã được bàn giao sang nhà Trần một cách êm ả. Trong khoảng 175 năm trị vì, nhà Trần đã lãnh đạo dân Đại Việt ba lần kháng chiến chống quân Nguyên thành công, lập nên trang sử sáng chói cho dân tộc.

La dynastie des Lý s'affaiblit, le pouvoir tombe entre les mains de Trần Thủ Độ. Celui-ci contraint Lý Chiêu Hoàng (8 ans) à céder son trône à son mari Trần Cảnh (8 ans aussi). La succession entre la dynastie des Lý et celle des Trần se passe dans la paix. Pendant la période des 175 ans de son règne, la dynastie des Trần a, par trois fois, combattu victorieusement l'armée des Yuán (Nguyên en vietnamien), écrivant une page d'histoire éblouissante pour le peuple.

HỌ TRẦN KHỞI NGHIỆP

Vào năm 1209, vua Lý Cao Tông bức hại công thần là Phạm Bỉnh Di. Tướng Quách Bốc đem quân phá cửa thành vào cứu Bỉnh Di. Lý Cao Tông phải chạy lên châu Qui Hóa. Hai con của Cao Tông là hoàng tử Thâm và Sảm phải về nương náu tại Hải Ấp, Thái Bình, là căn cứ địa phận của dòng họ Trần.

Trần Lý (Trần Nguyên Tổ) người làng Tức Mạc (thuộc tỉnh Nam Định) làm nghề đánh cá, nhà giàu có được nhiều người tùng phục. Trần Lý lập hoàng tử Sảm làm Hoàng đế, tức là vua Lý Huệ Tông và gả con gái cho Trần Huệ Tông. Thực chất, đây là phương thức để họ Trần tìm cách bước vào vòng quyền lực. Với danh nghĩa phò nhà Lý, anh em họ Trần mộ quân về kinh dẹp loạn, rồi lên Qui Hóa rước vua Lý Cao Tông về lại kinh đô. Một năm thì vua Lý Cao Tông mất, ngôi báu truyền cho Lý Huệ Tông.

Vua Lý Huệ Tông nhờ ơn họ Trần nên giao mọi chức

DÉBUT DE L'ŒUVRE DES TRẦN

En 1209, le roi Lý Cao Tông cherche à attenter à la vie de Phạm Bỉnh Di, un mandarin méritant. Le général Quách Bốc conduit son armée à forcer les portes de la citadelle pour sauver Bỉnh Di. Lý Cao Tông doit s'enfuir dans le district montagneux de Qui Hóa. Les deux fils de Cao Tông, les princes Thâm et Sảm, doivent se réfugier à Hải Ấp, Thái Bình, siège de la famille Trần.

Trần Lý (Trần Nguyên Tổ), originaire du village de Tức Mạc (dans la province de Nam Định), est un riche pêcheur auquel de nombreuses personnes prêtent allégeance. Trần Lý proclame le prince Sảm empereur sous le nom de Lý Huệ Tông et lui donne la main de sa fille. En réalité, il s'agit d'un moyen pour les Trần d'accéder aux cercles du pouvoir. Arguant le fait qu'ils sont au service de la dynastie des Lý, les frères Trần lèvent une armée et se dirigent vers la capitale pour réprimer l'insurrection. Puis ils se rendent à Qui Hóa pour faire revenir Lý Cao Tông à la capitale. Un an après Lý Cao Tông décède et transmet la couronne à Lý Huệ Tông.

vị quan trọng cho người họ Trần điều hành chính sự. Đặc biệt Trần thủ Độ được phong làm Điện tiền chỉ huy sứ thống lãnh các đội ngự lâm quân. Năm 1224, Huệ Tông truyền ngôi cho công chúa Lý Chiêu Hoàng, lúc đó mới 7 tuổi, rồi vào tu ở chùa Chân Giáo.

Năm 1225, Trần thủ Độ tìm cách thao túng đưa hàng loạt người họ Trần vào cung vua. Trần Cảnh là cháu của Trần Thủ Độ khi đó 8 tuổi chính thức trở thành chồng của Lý Chiêu Hoàng. Đến cuối năm 1225, Trần Thủ Độ ép Lý Chiêu Hoàng trao ngôi vua cho chồng.

Nhà Lý chấm dứt sự nghiệp chính trị tại đây sau 9 đời làm vua, kéo dài 216 năm từ năm 1010 đến năm 1225.

Le roi Lý Huệ Tông, reconnaissant, confie tous les postes importants à la famille Trần qui gère les affaires politiques. En particulier, Trần Thủ Độ est promu Général Commandant du Commandement du Palais, il est le commandant en chef de la Garde Royale. En1224, Huệ Tông transmet la couronne à la princesse Lý Chiêu Hoàng, qui n'a que 7 ans, puis il entre en religion à la pagode Chân Giáo. En 1225, Trần Thủ Độ cherche à manœuvrer en toute liberté et il nomme de façon massive des hommes avec le patronyme Trần aux postes du palais. Trần Cảnh, neveu de Trần Thủ Độ, âgé alors de 8 ans, devient officiellement l'époux de Lý Chiêu Hoàng. A la fin de l'an 1225, Trần Thủ Độ contraint Lý Chiêu Hoàng à transmette la couronne à son mari. La dynastie des Lý s'achève après 9 règnes qui ont duré 216 années, de 1010 à 1225.

NHÀ TRẦN XÂY DỰNG VÀ CỦNG CỐ QUYỀN LỰC

Cuộc đổi ngôi từ dòng họ Lý sang họ Trần diễn ra trong hoàng cung, với sự thao túng của Trần Thủ Độ không

INSTAURATION ET RENFORCEMENT DU POUVOIR DES TRẦN

Le passage de la couronne des Lý vers les Trần se déroule à l'intérieur du palais suite aux manigances de Trần Thủ Độ, sans déclencher

để lại một sự xáo trộn nào ngoài xã hội. Chỉ biết ngay sau đó, những người thân tộc họ Lý đều phải đổi họ, và phiêu bạt khỏi hoàng thành.

Nhà Trần thay nhà Lý mở ra một thời kỳ lịch sử mới phát triển cao hơn thời nhà Lý. Chính quyền nhà Trần trong thế kỷ 13 vững vàng, năng động, đã tạo ra một nền chính trị thống nhất và ổn định cho đất nước, kéo dài 175 năm cho đến giữa thế kỷ 14.

Để bảo đảm vững chắc vị thế, khả năng nắm chính quyền và để tránh những vụ tranh chấp ngôi báu trong nội bộ hoàng tộc, nhà Trần áp dụng chế độ Thái thượng hoàng. Vua con nắm ngôi nhưng quyền lực thuộc về vua cha (Thái thượng hoàng). Ngôi vị Thái thượng hoàng không chỉ là cố vấn mà còn có quyền phế truất ngôi vua tại vị và chỉ định người khác kế vị.

Sự liên kết dòng họ nắm chính quyền nhà Trần thực

aucun trouble dans la société civile. Les historiens des générations ultérieures ne sont toujours pas parvenus à déterminer si Trần Thủ Độ a du mérite ou s'il a commis un crime. Une seule chose à savoir est que la parentèle des Lý est obligée de changer de patronyme et de mener une vie aventureuse hors de la citadelle.

La dynastie des Trần, ayant remplacé celle des Lý, ouvre une nouvelle ère où le développement atteint un niveau plus élevé que celui des Lý. Au 13è siècle, l'administration de la dynastie des Trần, stable et active, a créé un régime politique unifié et stable pour le pays. Elle dure 175 ans, jusqu'au milieu du 14è siècle.

Pour assurer solidement sa position, sa capacité de tenir le pouvoir et pour éviter les luttes pour le trône au sein de la famille royale, la dynastie des Trần applique un régime où le Roi-père (Thái thượng hoàng) garde le pouvoir. Le roi règne mais le pouvoir appartient au Roi-père. Le Roi-père n'est pas seulement un conseiller mais il a aussi le pouvoir de destituer le roi en place et de désigner une autre personne pour lui succéder.

Le népotisme des Trần est un

hiện như một nguyên tắc để giữ an xã hội. Hầu hết các chức vụ quan trọng trong triều đình và ở các địa phương phủ, lộ đều do tôn thất nắm giữ. Để quyền lợi dòng họ thêm vững vàng, lâu bền, ngoài chế độ kế thừa quyền lợi và quan chức theo dòng họ, nhà Trần còn áp dụng lối kết hôn đồng tộc. Cũng như thời Lý, các vương hầu thời Trần đều có lực lượng quân đội riêng.

Bộ máy cai trị của triều Trần: Bộ máy cai trị của nhà Trần phỏng theo mô hình của nhà Tống, bao gồm bộ máy chính quyền trung ương và địa phương.

Ở triều đình, có bộ phận trung khu gồm 6 bộ: Lại, Lễ, Hộ, Binh, Hình, Công để giải quyết các công việc hành chính, ngoại giao, tín ngưỡng, kinh tế, quân sự, pháp luật và xây dựng. Các cơ quan sáu bộ càng về sau phần lớn sử dụng các nho thần đảm nhiệm.

principe visant à préserver la paix sociale. La plupart des postes importants à la Cour et dans les endroits tels que les préfectures, départements sont confiés à la famille royale. Pour consolider et assurer la pérennité de ses intérêts, outre le régime de transmission des intérêts et postes officiels au sein du patronyme, la dynastie des Trần applique le mariage consanguin. A l'instar de la dynastie des Lý, la noblesse à l'époque des Trần a aussi sa propre armée.

Appareil gouvernemental sous la dynastie des Trần. L'appareil gouvernemental de la dynastie des Trần s'inspire du modèle de la dynastie des Sòng (Tống en vietnamien). Il se compose d'administrations centrales et locales. A la Cour, l'administration centrale se compose de 6 ministères :

Ministère des Nominations (Bộ Lại en vietnamien),

Ministère des Rites (Bộ Lễ en vietnamien),

Ministère des Ressources (Bộ Hộ en vietnamien),

Ministère de la Défense (Bộ Binh),

Ministère de la Justice (Bộ Hình),

Ministère de la Communication et des Travaux Publics (Bộ Công).

Ces ministères gèrent les affaires administratives, la diplomatie, les croyances, l'économie, les affaires militaires, les affaires légales et les travaux

Ở các địa phương, nhà Trần tổ chức chính quyền thành ba cấp: phủ lộ, huyện châu, hương xã. Ở các lộ còn có một số chức quan chuyên trách các công việc như: Hà Đề trông coi đê điều, Thủy Lộ Đề hình trông coi việc giao thông thủy và bộ... Năm 1344, nhà Trần tăng cường thêm cơ quan chính quyền địa phương, đặt đồn điền sứ và phó ty sứ lo việc khuyến nông.

Tổ chức quân đội: Nhà Trần rất chú trọng phát triển quân đội để bảo vệ giang sơn cũng như vương triều. Quân chủ lực nhà Trần gồm cấm quân và quân các lộ. Quân các lộ ở đồng bằng gọi là chính binh, ở miền núi gọi là phiên binh. Cấm quân hay còn gọi là quân túc vệ. Đứng đầu mỗi quân là một đại tướng quân. Nguyên thành Thăng Long có khoảng gần 20.000 binh lính trấn đóng.

publics. Les ministères nomment de plus en plus des mandarins bien imprégnés du Confucianisme.

Au niveau des localités, la dynastie des Trần organise le pouvoir en 3 niveaux : province, département (phủ lộ en vietnamien), district (huyện châu en vietnamien) et ville, village (hương xã en vietnamien). Dans les départements, un certain nombre de mandarins ont des responsabilités spécifiques telles que l'entretien des digues, la gestion de la communication terrestre et fluviale,... En 1344, la dynastie des Trần renforce les pouvoirs locaux avec des responsables dont la charge est de promouvoir l'agriculture.

Organisation militaire : La dynastie des Trần accorde une attention particulière au développement de l'armée pour protéger aussi bien le pays que la dynastie. L'armée régulière se compose de la Garde Royale et des troupes armées des départements. Les troupes armées départementales des plaines sont appelées "chính binh", celles des régions montagneuses "phiên binh". La Garde Royale est appelée "quân túc vệ". Un général est au commandement des troupes armées. Rien qu'à la capitale Thăng Long sont casernés 20.000 soldats.

Outre la Garde Royale et les troupes

Ngoài cấm quân và lộ quân là bộ phận do triều đình tổ chức và chỉ huy, các vương hầu được phép chiêu mộ quân riêng khi có lệnh vua. Nhà Trần vẫn giữ chính sách "ngụ binh ư nông" để vừa khai thác sức dân vào sản xuất khi hoà bình, vừa động viên được lính khi có chiến tranh.

armées départementales organisées et commandées par la Cour, la noblesse est autorisée à lever des troupes surordre du roi. La dynastie conserve toujours la politique du "soldat-paysan" ("ngụ binh ư nông" en vietnamien) pour utiliser de façon utile la force populaire à la production agricole en temps de paix tout en pouvant mobiliser des soldats en temps de guerre.

CUỘC KHÁNG CHIẾN CHỐNG QUÂN NGUYÊN- MÔNG

Cuộc kháng chiến chống quân Nguyên- Mông là một cuộc chiến bảo vệ giang sơn của quân và dân Đại Việt vào đầu thời nhà Trần (dưới thời các Vua Trần Thái Tông, Trần Thánh Tông và Trần Nhân Tông) trước sự tấn công của đế quốc Mông Cổ. Thời gian của cuộc kháng chiến bắt đầu từ năm 1258 đến năm 1288 chia làm 3 đợt. Cùng với các hoạt động ngoại giao, thắng lợi của ba cuộc chiến này được xem là chiến công tiêu biểu của vương triều nhà Trần, chống giặc

GUERRES DE RÉSISTANCE CONTRE LES YUÁN MONGOLS

La résistance contre les Yuan-Mongols est une guerre pour défendre le pays menée par l'armée et le peuple Đại Việt au début de la dynastie des Trần (sous le règne des rois Trần Thái Tông, Trần Thánh Tông et Trần Nhân Tông), face aux attaques de l'empire mongol. La résistance débute en 1258, dure jusqu'à l'an 1288 et elle se déroule en 3 étapes. En même temps que les activités diplomatiques, les victoires remportées au cours de ces 3 guerres sont considérées comme des faits d'armes représentatifs de la dynastie des Trần dans sa lutte contre les envahisseurs. Et elles sont aussi considérées comme une des pages les plus héroïques de l'histoire des guerres du Vietnam.

ngoại xâm và cũng được xem là một trong những trang sử chiến tranh hào hùng nhất lịch sử Việt Nam.

Sơ lược về đế quốc Mông Cổ: Mông Cổ (còn gọi là nhà Nguyên) là một sắc dân ở phía bắc Nước Tàu, sống ở khu thượng lưu sông Hắc Long Giang, trải dài tới vùng sa mạc lớn tại châu Á. Người Mông Cổ rất hung bạo, hiếu chiến, giỏi cưỡi ngựa và bắn cung tên. Binh lính thường là đội quân kị mã thiện chiến. Dưới thời Thành Cát Tư Hãn niên hiệu là Nguyên Thái Tổ, quân Nguyên Mông chiếm giữ được cả vùng Trung Á, đất Ba Tư và kéo dài sang đến phía đông bắc châu Âu. Năm 1227, quân Mông Cổ tiêu diệt nước Tây Hạ. Năm 1234 chiếm được nước Kim và tràn sang đến nước Triều Tiên. Năm 1279 Nhà Nguyên đem quân đánh chiếm Bắc Tống, chinh phục được nhà Nam Tống. Kể từ đó Nước Tàu thuộc về nhà Nguyên Mông Cổ cai trị.

Cuộc kháng chiến chống quân Nguyên Mông lần thứ nhất (1257-1258)

Résumé relatif à l'empire mongol. Les Mongols (encore appelés dynastie des Yuán-Nguyên en vietnamien) sont une ethnie du Nord de la Chine, vivant dans la région allant de l'amont du fleuve Amour (Hắc Long Giang en vietnamien) jusqu'aux vastes régions désertiques de l'Asie. Les mongols sont violents, belliqueux, bons cavaliers et bons tireurs à l'arc. Leur armée est souvent constituée de troupes à cheval bien entrainées. Sous Gengis Khan (Thành Cát Tư Hãn en vietnamien), dont le nom de règne est Nguyên Thái Tổ, les Yuán-Mongols occupent toute l'Asie centrale, la Perse et la région allant jusqu'au Nord-Est de l'Europe. En 1234, les Mongols exterminent les Xià occidentaux (Tây Hạ en vietnamien), occupent le pays des Jin (Kim en vietnamien) et envahissent la Corée. En 1279, la dynastie des Yuán défait les Sòng du Nord et les Sòng du Sud. Dès lors la Chine est sous l'administration des Mongols de la dynastie des Yuán.

Première guerre de résistance contre les Yuán-Mongols (1257-1258).

Hốt Tất Liệt là em trai của Mông Kha, lúc đó đang là vua Mông Cổ, tức là Nguyên Hiến Tông. Ngay từ thời Mông Kha còn sống, Hốt Tất Liệt đã thể hiện mộng bá vương với khát vọng chinh phục nhà Tống. Tháng 9 năm 1257, quân Mông Cổ đã chinh phục và chiếm được nước Đại Lý, với ý định sau đó đánh chiếm Đại Việt và từ Đại Việt đánh lên Nam Tống. Như vậy, việc chiếm được Đại Việt mang ý nghĩa lớn cho đế quốc Mông Cổ, vì ngoài ra còn được quân Nguyên Mông dự kiến dùng làm bàn đạp cho cuộc viễn chinh xuống Đông Nam Á. Danh tướng Ngột Lương Hợp Thai của Mông Cổ đã đem binh đến Khai Viễn là nơi sát biên giới với nước Đại Việt. Sau đó sai sứ giả sang ép vua Trần đầu hàng. Trần Thái Tông bắt giam ngay ba tên sứ giả vào ngục. Ngột Lương Hợp Thai tức giận xuất quân tiến đánh Đại Việt. Vua Trần Thái Tông cử tướng Trần Quốc Tuấn cầm quân chống cự, phong làm

Khubilai Khan (Hốt Tất Liệt en vietnamien), jeune frère de Mongke (Mông Kha en vietnamien), est à cette période le roi des Mongols. Même du vivant de Mongke, Khubilai Khan manifeste déjà son rêve de suprématie avec l'ardent désir de conquérir le pays des Sòng. Au 9è mois de l'an 1257, l'armée mongole conquiert et occupe le royaume de Dàlǐ (Đại Lý en vietnamien) avec l'intention d'envahir le Đại Việt ultérieurement et d'attaquer les Sòng du Sud à partir de Đại Việt. Ainsi, l'occupation de Đại Việt a une importance non négligeable pour l'empire mongol car, en outre, Đại Việt peut encore servir de base à une expédition vers l'Asie du Sud-Est. Le célèbre général mongol Uriyangqatai (Ngột Lương Hợp Thai en vietnamien) conduit son armée à Kaiyuan (Khai Viễn en vietnamien) qui est tout contre la frontière de Đại Việt. Puis il envoie une ambassade pour contraindre le roi Trần à se rendre. Trần Thái Tông arrête et met les trois ambassadeurs en prison. Furieux, Uriyangqatai conduit son armée attaquer le Đại Việt. Le roi Trần Thái Tông nomme le général Trần

Tiết chế thống lĩnh quân đội.

Quân bộ binh Mông Cổ tiến quân vào Đại Việt chia làm 2 cánh. Cánh quân đi đầu của Mông Cổ do Triệt Đô chỉ huy, tiến dọc theo bờ sông Thao. Còn một cánh khác do con trai của Ngột Lương Hợp Thai là A Truật đi sau một đoạn để yểm trợ. Hai cánh quân này vừa tiến vừa thăm dò tình hình quân bên nhà Trần để cấp báo cho đại quân phía sau. Chưa kể đạo quân lớn nhất do con vua Nguyên đi sau tiếp viện.

Cuộc hỗn chiến đầu tiên giữa quân Đại Việt và quân Mông Cổ đã xảy ra. Các cánh quân Đại Việt phải rút lui từ Bình Lệ Nguyên về Thăng Long, sau đó lại rút từ Thăng Long về Thiên Mạc (Duy Tiên, Hà Nam).

Quân Mông Cổ tràn vào Thăng Long tìm thấy được ba sứ giả bị giam ở trong ngục và một người đã chết nên tức giận cướp của, đốt phá, tàn sát hết cả dân chúng trong thành, không trừ người già và con trẻ.

Đứng trước tình thế nguy

Quốc Tuấn au poste de Général Commandant en Chef de l'armée et l'envoie au combat.

Les fantassins mongols avancent sur Đại Việt, répartis en 2 ailes. L'avant-garde mongole, commandée par Cacakdu (Triệt Đô en vietnamien) longeles rives du fleuve Thao. L'autre aile, commandée par Ā Shù (A Truật en vietnamien), fils de Uriyangqatai, suit à distance comme renfort. Ces deux ailes armées avancent tout en espionnant la situation militaire des Trần pour en informer le gros de la troupe, commandé par le fils du roi Yuán, qui suit en renfort.

Le premier combat entre l'armée Đại Việt et celle des Mongols a lieu. Les troupes Đại Việt sont obligées de se retirer de Bình Lệ Nguyên à Thăng Long, puis de Thăng Long à Thiên Mạc (Duy Tiên, Hà Nam).

L'armée mongole envahit Thăng Long, trouve les trois ambassadeurs emprisonnés dont un est déjà mort. Ceci met l'armée en fureur et elle se met à piller, incendier, saccager et tuer toute la population de la citadelle, y compris les personnes âgées et les enfants.

Face à cette situation critique,

ngập vua Thái Tông ngự thuyền đến hỏi ý Thái úy là Trần nhật Hiệu. Nhật Hiệu không nói gì cả, cầm sào viết xuống nước hai chữ nhập Tống (tức là nên chạy sang lánh nạn ở đất Nam Tống). Vua Thái Tông lại đến hỏi Thái sư Trần thủ Độ. Thủ Độ nói rằng: "Đầu tôi chưa rơi xuống đất, thì xin bệ hạ đừng lo!". Thái Tông nghe thấy Thủ Độ nói cứng cỏi như thế, trong bụng mới yên.

Được ít lâu, tới ngày 29 tháng 1 năm 1258, lợi dụng tình hình quân binh Mông Cổ bắt đầu suy yếu, do không quen khí hậu, vua Trần Thái Tông cùng thái tử Hoàng Giang đem chiến thuyền ngược sông Hồng đánh trả bất ngờ, khiến địch không kịp trở tay. Quân Mông Cổ bị thua tan rã tại trận Đông Bộ Đầu, nên tháo chạy khỏi thành Thăng Long về Vân Nam. Khi chạy đến Quy Hóa (vùng Lào Cai, Yên Bái), quân Mông Cổ bị chủ trại Hà Bổng tiếp ứng quân Đại Việt chặn đánh tơi tả.

le roi Thái Tông va en barque demander conseil au Général Trần nhật Hiệu, qui ne dit mot mais écrit dans l'eau avec une perche les mots "aller chez les Sòng" (ce qui veut dire qu'il vaut mieux aller se réfugier sur les terres des Sòng méridionaux). Le roi Thái Tông demande alors avis au Haut Conseiller Royal Trần Thủ Độ, qui répond en ces termes: "Tant que ma tête n'est pas encore à terre, je vous prie de ne pas vous en faire".Thái Tông se sent apaisé par ces paroles énergiques.

Peu de temps après, le 29 du 1er mois de l'an 1258, profitant du fait que l'armée mongole commence à s'affaiblir car elle n'est pas habituée au climat, le roi Trần Thái Tông et le prince Hoàng Giang remontent le fleuve Rouge (sông Hồng en vietnamien) avec des navires pour lancer la contre-offensive. Pris par surprise, l'ennemi n'a pas le temps de se retourner. L'armée mongole se disloque à la bataille de Đông Bộ Đầu, c'est pourquoi elle s'enfuit en toute hâte de Thăng Long à Yunnan (Vân Nam en vietnamien). Lorsqu'elle arrive à Quy Hóa (région de Lào Cai, Yên Bái), l'armée mongole est mise en pièces par le chef de camp Hà Bổng qui vient en renfort au roi.

Cuộc kháng chiến chống quân Nguyên Mông lần thứ hai (1284-1285)

Năm 1284, Hốt Tất Liệt phong con trai là Thoát Hoan làm Trấn Nam vương chuẩn bị tiến hành cuộc chiến lần thứ hai. Hai thượng tướng Ô Mã Nhi và Toa Đô cùng với A Lý Hải Nha, viên tướng xuất sắc người Duy Ngô Nhĩ (Uyghurs) của nhà Nguyên, được chọn làm phó tướng cho Thoát Hoan.

Ngày 27 tháng 1 năm 1285, Thoát Hoan xua 50 vạn quân lấy cớ mượn đường qua đánh Chiêm Thành, để xâm lược Đại Việt. Quân Nguyên chia làm 2 đạo tiến xuống nước ta. Đạo thứ nhất do Bột La Hợp Đáp Nhĩ chỉ huy theo đường Khâu Ôn, đạo thứ hai do Khiếp Tiết Tản Lược Nhi chỉ huy đi theo đường núi Cấp Lĩnh. Đại quân của Thoát Hoan đi sau đạo thứ hai của Khiếp Tiết Tản Lược Nhi. Ngoài ra, vào khoảng tháng 3 năm 1285, một đạo quân nữa đang chiến đấu ở Chiêm Thành do Toa Đô chỉ huy, cũng được điều động quay lên phía bắc đánh Đại Việt.

Deuxième guerre de résistance contre les Yuan-Mongols (1284-1285).

En 1284, Khubilai Khan nomme son fils Toghan (Thoát Hoan en vietnamien) Trấn Nam vương (littéralement Prince garde frontière du Sud) pour préparer une deuxième guerre. Les deux généraux Omar (Ô Mã Nhi en vietnamien) et Söghetei (Toa Đô en vietnamien), ainsi que le talentueux général ouïghour dont le nom est Ariq Qaya (A Lý Hải Nha en vietnamien), sont choisis pour seconder Toghan.

Le 27 du 1er mois de l'an 1285, Toghan, sous prétexte de combattre le Champa, envahit le Đại Việt avec une armée de 500.000 hommes. L'armée mongole se divise en deux corps d'armée pour avancer vers le Sud. Le premier corps d'armée, commandé par Bolqadar (Bột La Hợp Đáp Nhĩ en vietnamien) vient par Khâu Ôn, le deuxième, commandé par Khiếp Tiết Tản Lược Nhi, suit le chemin montagneux de Cấp Lĩnh. Le gros de la troupe de Toghan suit le deuxième corps d'armée. En outre, aux environs du 3è mois de l'an 1285, un autre corps d'armée en opération au Champa, commandé par Söghetei,

Phía nhà Trần, các nỗ lực chuẩn bị đối phó được tiến hành ráo riết. Trong Hội nghị Bình Than với các vương hầu và tướng sĩ, vua phong Trần Quang Khải làm Thượng tướng Thái sư, lo mọi chuyện triều chính, Hưng Đạo Vương Trần Quốc Tuấn được phong làm Quốc công Tiết chế, thống lãnh toàn quân. Trong dịp này, bản Hịch Tướng Sĩ đã được Hưng Đạo Vương phổ biến cho các tướng chỉ huy và sĩ tốt để tác động tinh thần và hướng dẫn chiến đấu.

Với dân chúng, nhà vua cho triệu tập các bô lão trong nước trước Điện Diên Hồng, để hỏi ý kiến là nên đầu hàng hay kháng cự. Toàn thể đã biểu lộ ý chí: Quyết Chiến.

Trước sức mạnh của quân xâm lược Nguyên Mông, mặc dù quân dân nhà Trần đã ra sức chiến đấu để bảo vệ giang sơn, nhưng không thể giữ nổi các trận địa. Hai đạo quân từ phía Bắc của quân Nguyên sau gần ba tuần đã chiếm được Thăng Long. Vua quan nhà Trần phải rút

est mobilisé pour se diriger vers le Nord et attaquer le Đại Việt.

Du côté de la dynastie des Trần, les efforts pour préparer la riposte s'intensifient. Lors du congrès de Bình Than avec les nobles et les cadres de l'armée, le roi nomme Trần Quang Khải au titre de Grand Général Conseiller de la Cour pour prendre en charge toutes les affaires de la Cour et le prince Hưng Đạo Vương Trần Quốc Tuấn au titre de Général en Chef pour commander l'entièreté de l'armée. A cette occasion, le prince Hưng Đạo Vương lance l'Appel aux Officiers et Soldats (Hịch Tướng Sĩ en vietnamien) pour agir sur leur moral et les guider dans la lutte.

Concernant le peuple, le roi convoque les notables âgés du pays au palais Diên Hồng pour demander leur avis quant au choix de la reddition ou de la résistance. Tous manifestent la même détermination : poursuivre le combat.

Face à la puissance des envahisseurs Yuan-Mongols, bien que l'armée et les milices des Trần aient fourni beaucoup d'efforts pour protéger le pays, elles n'arrivent pas à défendre les champs de bataille. Les deux corps d'armée mongols

lui về Thiên Trường (Nam Định) sau đó theo đường biển lui về Thanh Hóa. Ở phía Nam, quân của thượng tướng Trần Quang Khải cũng bị thua quân Nguyên Mông do Toa Đô và Ô Mã Nhi tại Nghệ An chỉ huy, phải lui về phía Bắc. Như thế, trong đợt tiến công đầu tiên của quân Nguyên Mông, vua tôi Đại Việt đã bị chúng dồn lại vùng Thanh Hoá.

Đến cuối tháng 4 năm 1285 tình hình bỗng thay đổi. Mùa hè tới, quân Nguyên vốn ở vùng khô lạnh không chịu nổi thời tiết nóng ẩm, nên bị bệnh dịch và đau ốm suy giảm sức chiến đấu. Chớp thời cơ, tháng 5 năm 1285, quân Trần từ Thanh Hóa đưa binh thuyền ra bắc phản công. Trận thắng đầu tiên của nhà Trần là trận Chiêu Văn vương Trần Nhật Duật đánh Toa Đô ở Hàm Tử (Hưng Yên). Tiếp theo, Trần Quang Khải cùng với Trần Quốc Toản và Phạm Ngũ Lão đánh tan chiến thuyền của quân Nguyên ở bến Chương Dương. Quân giặc thua chạy, quân ta thừa thắng truy đuổi vào tận chân

venant du Nord occupent Thăng Long après environ trois semaines. Le roi et la Cour des Trần sont obligés de se retirer à Thiên Trường (Nam Định) puis, en suivant la voie maritime, à Thanh Hóa. Au Sud, l'armée du général Trần Quang Khải, également défaite par les troupes commandées par Söghetei et Omar à Nghệ An, doit reculer vers le Nord. Ainsi, lors de la première offensive des Yuan-Mongols, le roi de Đại Việt et ses sujets sont repoussés vers la région de Thanh Hoá.

A la fin du 4è mois de l'an 1285, la situation change soudainement. L'été arrive, les soldats Yuán habitués au climat froid et sec ne supportent pas le climat chaud et humide ; par conséquent, une épidémie se répand. Les soldats malades perdent de leur force pour combattre. Profitant de la situation, au 5è mois de l'an 1285, l'armée des Trần lance une contre-offensive fluviale à partir de Thanh Hóa. La première victoire est celle du prince Chiêu Văn vương Trần Nhật Duật qui défait Söghetei à Hàm Tử (Hưng Yên). Ensuite, Trần Quang Khải avec Trần Quốc Toản et Phạm Ngũ Lão mettent en pièces les navires Yuán au quai Chương Dương. L'ennemi, vaincu, s'enfuit. Notre armée profitant de la victoire

thành Thăng Long. Thoát Hoan mang đại quân ra chống đỡ, bị phục binh của Trần Quang Khải đánh úp khiến lực lượng quân giặc bị tan vỡ. Thoát Hoan và tướng lĩnh trên đường rút lui bị quân và dân địa phương phục kích, truy sát, bắn tên độc chết rất nhiều. Thoát Hoan phải chui vào ống đồng để tránh tên trên đường chạy trốn. Cánh quân của Toa Đô và Ô Mã Nhi ở Thiên Mạc rút về Tây Kết bị Hưng Đạo Vương đánh thua chạy. Toa Đô bị quân Đại Việt bao vây, sau đó bị tướng Vũ Hải nhà Trần chém rơi đầu. Ô Mã Nhi kinh khiếp, phải dùng thuyền con vượt biển trốn về phương Bắc.

Ngày 9 tháng 7 năm 1285, vua Trần Nhân Tông và Thái thượng hoàng trở về Thăng Long. Dân chúng mở hội ăn mừng chiến thắng. Thượng tướng Thái sư Trần Quang Khải cảm hứng có thơ, được dịch nghĩa:

Chương Dương cướp giáo giặc
Hàm Tử bắt quân thù
Thái bình nên gắng sức
Non nước ấy ngàn thu

le pourchasse jusqu'au pied de la citadelle Thăng Long. Toghan lance le gros de la troupe pour se défendre, il est attaqué par surprise par l'armée de Trần Quang Khải en embuscade. L'ennemi défait doit s'enfuir. Sur le chemin de leur retraite,Toghan et ses soldats sont pris en embuscade par les milices locales. Poursuivis, nombre d'entre eux sont tués par des flèches empoisonnées. Toghan s'enfuit en se cachant dans un conduit en cuivre pour se protéger des flèches. Le corps d'armée de Söghetei et Omar à Thiên Mạc se retire vers Tây Kết où il est défait par le prince Hưng Đạo. Söghetei est encerclé par l'armée Đại Việt, ensuite il est décapité par le général Vũ Hải des Trần. Omar, terrifié, s'enfuit vers le Nord dans une petite embarcation.

Le 9 du 7è mois de l'an 1285, le roi Trần Nhân Tông et le Roi-père regagnent Thăng Long. La population organise des réjouissances pour fêter la victoire. Inspiré, le général et Haut Conseiller Royal Trần Quang Khải compose un poème :

A Chương Dương nous nous emparons des lances de l'agresseur
A Hàm Tử nous capturons l'ennemi
Nous nous évertuons à lutter pour la paix
Cette patrie durera mille automnes

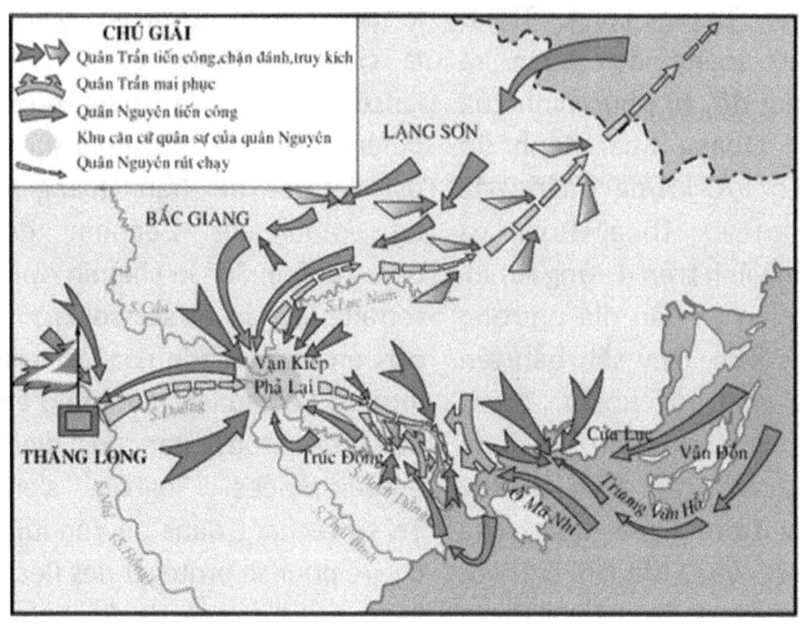

Bản đồ ghi lại về trận Vân Đồn và trận Bạch Đằng (cách nhau 4 tháng)
Plan relatif aux batailles de Vân Đồn et Bạch Đằng (à 4 mois d'intervalle)

Cuộc kháng chiến chống quân Nguyên Mông lần thứ ba (1287- 1288)

Tháng 2 năm 1287 Hốt Tất Liệt sai Áo Lỗ Xích, Ô Mã Nhi, Phàn Tiết làm tham tri chính sự cùng Thoát Hoan điều binh quyết đánh chiếm nước Đại Việt rửa hận. Tháng 6 năm 1287, Thoát Hoan khởi binh từ đất Ngạc tiến về phía nam, mượn tiếng đưa An Nam quốc vương Trần Ích Tắc về nước. Quân Nguyên chia làm 3 cánh:

Troisième guerre de résistance contre les Yuán-Mongols (1287-1288).

Au 2è mois de l'an 1287, Khubilai Khan envoie

Ayuruychi (Áo Lỗ Xích en vietnamien), Omar, et Phàn Tiết en tant que conseiller politique, afin de seconder Toghan pourmener la guerre contre le Đại Việt pour se venger. Toghan part de Èzhōu(Ngạc Châu en vietnamien) et conduit son armée vers le Sud sous prétexte de ramener le prince Trần Ích Tắc à son pays. L'armée Yuán se divise en

cánh thứ nhất theo đường Vân Nam tiến xuống sông Thao và sông Lô như 2 lần trước do Ái Lỗ chỉ huy. Cánh thứ hai là quân chủ lực đi đường châu Khâm, châu Liêm do Thoát Hoan cùng Trình Bằng Phi, Áo Lỗ Xích, dẫn theo Trần Ích Tắc tiến vào biên giới đông bắc. Cánh thứ 3 là thủy quân do Ô Mã Nhi, Phàn Tiếp chỉ huy 500 chiến thuyền cùng đoàn vận lương do Trương Văn Hổ phụ trách kéo theo sau.

Cánh quân Nguyên chủ lực do Thoát Hoan và Áo Lỗ Xích bắt đầu tiến vào lãnh thổ Đại Việt ngày 25 tháng 12 năm 1287. Cũng như hai lần trước, trước sức tấn công hung bạo của quân Nguyên, dù đã chuẩn bị và hết sức cố gắng, nhưng vua quan nhà Trần vẫn không giữ nổi các thành trì quan trọng, đành phải rút lui.

Thoát Hoan sai Ô Mã Nhi vượt sông Hồng, truy sát vua Trần. Ô Mã Nhi lộng ngôn sai bắn tin với vua Trần rằng: "Ngươi chạy lên trời ta theo lên trời, ngươi chạy xuống đất ta theo xuống đất, ngươi trốn lên núi ta theo lên núi, ngươi lặn xuống nước ta theo xuống

3 corps d'armée. Le premier, commandé par Aruq (Ái Lỗ en vietnamien), traverse le Yúnnán, progresse vers le fleuve Thao et le fleuve Lô comme les deux premières fois. Le deuxième, constituant le gros de l'armée commandé par Toghan, Chóng Péngfēi (Trình Bằng Phi en vietnamien) et Ayuruychi, emmène avec lui Trần Ích Tắc et passe par Qīnzhōu (Khâm Châu en vietnamien) puis par Liánzhōu (Liêm Châu en vietnamien) pour progresser vers la frontière Nord-Est. Le troisième corps d'armée est la marine commandée par Omar et Phàn Tiếp. Ce corps d'armée est composé de 500 navires, il est suivi des navires de ravitaillement commandés par Zhāng Wénhǔ (Trương Văn Hổ en vietnamien)

Le gros de l'armée commandé par Toghan et Ayuruychi commence à entrer dans le territoire de Đại Việt le 25 du 12è mois de l'an 1287. Comme les deux premières fois, face aux attaques violentes de l'armée Yuán, et bien qu'elle soit préparée et fasse de son mieux, la Cour des Trần n'arrive pas à défendre les citadelles importantes et doit se résigner à battre en retraite.

Toghan envoie Omar traverser le fleuve Hồng pour poursuivre le roi Trần. Omar envoie un message présomptueux au roi Trần : "Tu vas au ciel, je te suis au ciel ; tu vas sous terre, je te suis sous terre ; tu te caches sur la

nước".

Tuy nhiên, bước ngoặt của cuộc chiến lần thứ ba đã xảy ra. Tướng Trần Khánh Dư đã tiêu diệt được toàn bộ đoàn quân lương của giặc do Trương Văn Hổ phụ trách tại Vân Đồn. Mặc dù đã chiếm được thành trì, nhưng không hợp thủy thổ, lại không có lương, nên Thoát Hoan phải ra lệnh rút quân. Quan quân nhà Trần liền tổ chức phản công tiêu diệt giặc. Tại sông Bạch Đằng, quân Nguyên lại thua lớn khi nhà Trần sử dụng trận địa cọc để ngăn chặn di chuyển của thuyền địch. Quân ta bắt sống các tướng giặc Ô Mã Nhi, Phàn Tiếp, Tích Lệ Cơ Ngọc... Cuộc chiến chống quân Nguyên Mông lần thứ ba đã kết thúc, thắng lợi vẻ vang.

Ngày 28 tháng 4 năm 1288 vua Trần Nhân Tông trở về Thăng Long, triều đình khao thưởng quân binh, tha hết tô thuế lao dịch cho những vùng trong thời gian chiến tranh bị cướp bóc tiêu hủy, mở tiệc ba ngày thiết đãi thần dân gọi là Thái Bình Diên Yến.

montagne, je te suis sur la montagne ; tu plonges dans l'eau, je te suis dans l'eau". Cependant, le tournant de la 3è guerre de résistance arrive. Le général Trần Khánh Dư détruit totalement le corps d'armée commandé par Zhāng Wénhǔ à Vân Đồn. Bien qu'il occupe les citadelles, il n'est cependant pas habitué au climat et n'a plus de ravitaillement, c'est pourquoi Toghan est obligé d'ordonner la retraite. Immédiatement, l'armée de la dynastie des Trần organise la contre-offensive et anéantit les agresseurs. Sur le fleuve Bạch Đằng, l'armée Yuan essuie une lourde défaite quand la dynastie des Trần utilise des pieux enfoncés dans le lit du fleuve pour empêcher le mouvement des navires ennemis. Notre armée capture les généraux envahisseurs Omar, Phàn Tiếp, Tích Lệ Cơ. La 3è guerre de résistance contre les Yuan-mongols s'achève par une victoire éclatante.

Le 28 du 4è mois de l'an 1288, le roi Trần Nhân Tông revient à Thăng Long, la Cour organise une fête pour récompenser les soldats. Elle exempte d'impôts et de la corvée les régions ayant subi des pillages et des saccages durant la guerre. Elle organise également des réjouissances pour régaler le peuple durant 3 jours dits "Thái Bình diên yến" (littéralement banquet de la paix)

Tình hình Kinh Tế - Xã hội thời Trần và quá trình suy vong

SITUATION ÉCONOMIQUE ET SOCIALE À L'ÉPOQUE DES TRẦN ET PROCESSUS DE LEUR DÉCLIN

TÌNH HÌNH KINH TẾ THỜI TRẦN

Khi xã hội chưa phát triển, nói tới kinh tế là chủ yếu nói về quan hệ đất đai và nông nghiệp. Xã hội Việt Nam thời vua chúa cũng không là ngoại lệ, trong đó có triều đại nhà Trần.

Các hình thức sở hữu ruộng đất: Có hai hình thức sở hữu ruộng đất, đó là triều đình và dân chúng.

a - Ruộng đất thuộc quản lý của triều đình. Loại ruộng

SITUATION ÉCONOMIQUE À L'ÉPOQUE DES TRẦN

Lorsque la société n'est pas encore développée, parler de l'économie c'est parler essentiellement de l'importance des terres et de l'agriculture. La société vietnamienne, y compris celle de la dynastie des Trần, n'est pas une exception.

Types de propriété terrienne. Il existe deux types de propriété : propriété de la Cour et celle du peuple.

a - Terres gérées par la Cour.

Elles se composent de deux catégories. L'une appartient au roi et est directement gérée par la Cour,

đất này lại gồm có hai loại: Một loại thuộc sở hữu của nhà vua do triều đình trực tiếp quản lý và một loại ruộng đất công của thôn, làng.

Ruộng đất thuộc sở hữu nhà vua do triều đình quản lý bao gồm:

- Sơn lăng: Đất dùng để xây lăng mộ vua chúa, quan lại và ruộng để trồng trọt phục vụ cúng giỗ chính các lăng tẩm nơi đó. Các vua nhà Trần được chôn cất ở nhiều nơi nên ruộng sơn lăng cũng rải rác. Các làng Thái Đường, Thâm Động (Thái Bình), Tức Mặc (Nam Định), Yên Sinh (Quảng Ninh) đều có ruộng sơn lăng.

- Tịch điền: Là loại ruộng riêng của triều đình, phần lớn hoa lợi trên ruộng này đều vào kho riêng của nhà vua.

- Ruộng quốc khố: Là một loại ruộng dành cho những người phạm tội phải làm không công cho triều đình. Những tội đồ đó gọi là cảo điền hoành, bị thích chữ vào mặt. Các loại ruộng này không chiếm một diện

l'autre fait partie de la propriété publique gérée par les localités.

Les terres appartenant au roi, gérées par la Cour comprend :

Mausolée royal : il s'agit de terres où sont inhumés les membres de la famille royale et les mandarins, et de rizières dont la production sert lors des principales cérémonies liées au culte des ancêtres rendu à ces défunts. Les rois Trần sont enterrés dans de nombreux endroits de sorte que les mausolées royaux sont également dispersés. Les villages de Thái Đường, de Thâm Động (Thái Bình), de Tức Mặc (Nam Định), Yên Sinh (Quảng Ninh) ont tous des mausolées royaux.

Rizière royale : il s'agit de rizières appartenant à la Cour, la majeure partie de leur production revient au dépôt personnel du roi.

Rizière du trésor d'Etat : il s'agit de rizières cultivées sans frais au bénéfice de la Cour par des condamnés aux travaux forcés. Ces condamnés sont appelés "Cảo điền hoành" (littéralement faucille pour les travaux de rizière) et ils ont des tatouages sur le visage.

Ces genres de rizière n'occupent pas une grande superficie mais sont une source de revenus non négligeable pour la Cour.

Terres publiques appartenant aux

tích lớn nhưng là nguồn thu nhập đáng kể của triều đình.

Ruộng đất công làng, xã. Đây là ruộng công được gọi là "quan điền" hay "quan điền bản xã". Nhà Trần lập chế độ tô thuế với phần ruộng đất này. Người dân quen gọi là "đất của vua"

b - Ruộng đất tư nhân: Bao gồm Thái ấp (đất vua ban cho quý tộc nhà Trần), Điền trang (đất do quý tộc nhà Trần khai hoang lập ra) và ruộng đất tư hữu của điền chủ.

Ruộng đất tư hữu của điền chủ là một hình thức sở hữu xuất hiện từ thời Trần. Năm 1254, triều đình ra lệnh bán ruộng công, mỗi diện năm quan cho dân chúng làm tư hữu. Do việc mua bán đất tư hữu này đã xuất hiện một tầng lớp mới đó là điền chủ.

Tình hình sản xuất nông nghiệp và các ngành nghề khác: Sản xuất nông nghiệp vẫn là căn bản của nền kinh tế thời Trần. Tuy nhiên, ngành buôn bán đã hình thành từ thời Lý nay được

localités. Il s'agit de rizières appelées "quan điền" (littéralement rizière des dignitaires)ou "quan điền bản xã" (littéralement rizière des dignitaires du village). La dynastie crée un système de taxation pour ces terres. La population a l'habitude de les appeler "terres du roi".

b - Terres appartenant aux particuliers.

Elles comprennent les fiefs (terres octroyées à la noblesse des Trần), les fermes (terres défrichées par la noblesse de Trần) et les rizières privées appartenant aux propriétaires terriens.

Les rizières privées des propriétaires terriens sont une forme de propriété qui fait son apparition à l'époque des Trần. En 1254, la Cour ordonne la vente des terres publiques à la population pour en faire des propriétés privées, une parcelle coûtant 5 sapèques (quan en vietnamien = ancienne monnaie chinoise et indochinoise, en usage jusqu'au début du xxe siècle). Le commerce de ces propriétés fait apparaître une nouvelle classe sociale que sont les propriétaires terriens.

Production issues de l'agriculture et d'autres métiers.La production agricole est toujours la base de l'économie à l'époque des Trần. Cependant, le commerce, déjà prospère sous la dynastie des Lý, se développe encore

phát triển hơn. Ngoài buôn bán hàng hoá thì thời nhà Trần có thêm hình thức mua bán ruộng đất tư hữu.

Công cuộc trị thủy: Thủy lợi trong cả nước được đặc biệt chú trọng, nhất là sau mấy đợt vỡ đê thời kỳ đầu nhà Trần. Năm 1248, vua Thái Tông đặt cơ quan Hà Đề, có chánh sứ, phó sứ phụ trách việc đê điều ở các phủ, lộ rồi lại xuống chiếu đắp đê. Đây là một việc quan trọng, một bước ngoặt trong lịch sử thủy lợi của nước ta. Triều đình trực tiếp tổ chức đắp đê trên các triền sông và có cơ quan chuyên trách chỉ đạo và quản lý đê điều. Điều này phản ánh việc chú trọng tới nông nghiệp và là nhân tố quyết định của sản xuất nông nghiệp dưới thời nhà Trần.

Về các ngành nghề khác: Nghề sản xuất đồ gốm khá phát triển. Các nhà khảo cổ học đã tìm được nhiều di tích đồ gốm ở khắp nơi. Nghề dệt, chủ yếu là dệt tơ tằm, tiếp tục phát triển như thời nhà Lý. Các nghề như:

davantage. Sous la dynastie des Trần, au commerce de marchandises s'ajoute celui des terres privées.

Les travaux de régularisation des cours d'eau, la gestion de l'eau dans le pays font l'objet d'une attention particulière, surtout après quelques ruptures de digues au début de la dynastie des Trần. En 1248, le roi Thái Tông crée l'organe responsable des cours d'eau et des digues, avec des chefs et sous-chefs de mission pour s'occuper des digues dans les localités, et il ordonne la construction de digues. Ce qui constitue un fait marquant dans l'histoire de la gestion de l'eau de notre pays. La Cour s'implique directement dans l'organisation de la construction des digues le long des fleuves et instaure des organes de direction pour la gestion des digues. Ce fait reflète l'importance donnée à l'agriculture et est un facteur décisif de la production agricole sous la dynastie des Trần.

En ce qui concerne d'autres métiers, la poterie s'est assez bien développée. Des archéologues ont trouvé des vestiges de poteries partout. Le tissage, principalement le tissage de la soie, continue à se développer comme sous la dynastie des Lý. Les métiers tels que la fonderie du bronze, la fabrication du papier et la gravure des planches d'imprimerie, la menuiserie,

đúc đồng, làm giấy và khắc bản in, nghề mộc, nghề khai khoáng sản cũng có vị trí quan trọng...

Mạng lưới giao thông đường thủy, đường bộ thời Trần khá phát triển so với thời nhà Lý. Các ty thủy lộ được thiết lập đảm bảo cho việc khai thác giao thông đường sông giữa Thăng Long với các vùng đồng bằng Bắc Phần và Thanh-Nghệ.

Tiêu biểu nhất cho mạng lưới nội thương là hệ thống chợ ở đồng bằng sông Hồng. Số lượng chợ tương đối nhiều, mỗi huyện có vài chợ, các phiên chợ họp lệch ngày nhau. Ngoài chợ ra còn có các phố, các trung tâm phủ lị bên sông lớn, đầu mối giao thông thủy bộ đều có phố cả.

Về ngoại thương, nhà Trần khai thác rất tốt cảng biển Vân Đồn có từ thời Lý. Đây là trung tâm giao dịch của các thuyền buôn nước ngoài với thương nhân Đại Việt. Họ phải đóng thuế và không được vào sâu nội địa.

l'exploitation des minerais occupent également une place importante...

Le réseau de communication fluviale et terrestre est plus développé que sous la dynastie des Lý. Les services des voies fluviales sont instaurés pour assurer l'exploitation des voies de communication entre Thăng Long, les plaines du Nord et les régions de Thanh Hóa, Nghệ An.

Le réseau fluvial servant aux marchés dans la plaine du fleuve Rouge est le plus représentatif du réseau commercial intérieur. Les marchés sont relativement nombreux, chaque district en a quelques-uns qui ont lieu à des jours différents. Outre des marchés, il existe des rues commerçantes (phố en vietnamien). Les localités se trouvant sur les rives de grands fleuves et constituant le nœud du réseau de communication terrestre et fluviale ont toutes des rues commerçantes.

En ce qui concerne le commerce extérieur, la dynastie des Trần exploite très bien le port Vân Đồn qui existe depuis la dynastie des Lý. Ce port est le centre d'échange entre les bateaux commerciaux étrangers et les commerçants de Đại Việt. Les bateaux étrangers paient les impôts et ne sont pas autorisés à pénétrer profondément dans les terres.

TÌNH HÌNH XÃ HỘI THỜI TRẦN

Xã hội thời Trần có sự phân chia giai cấp rõ rệt. Trên cùng là tầng lớp quý tộc, bao gồm các vương hầu, tôn thất nhà Trần, cùng với một số quan lại có công trong việc giúp nhà Trần lập nghiệp và bảo vệ cơ nghiệp. Tầng lớp quý tộc này còn bao gồm một số tăng lữ, có tu viện và điền trang riêng. Dưới tầng lớp quý tộc là giai cấp quan lại, có bổng lộc làm việc cho guồng máy hành chính của vương triều. Giống như thời Lý, tầng lớp này được bổ nhiệm theo hai con đường nhiệm tử và khoa cử. Tuy nhiên, một số quan lại có thể được bổ nhiệm từ các gia thần của các vương hầu quý tộc.

Dưới thời Trần, việc bổ nhiệm qua con đường khoa cử được phát triển hơn thời Lý. Năm 1232, Trần Thái Tông mở khoa thi Thái học sinh đầu tiên lấy tiến

SITUATION SOCIALE A L'EPOQUE DES TRẦN

La société à l'époque des Trần est divisée en classes distinctes. En haut de l'échelle se trouvent la noblesse, la famille royale ainsi que les dignitaires méritants ayant aidé à instaurer et à protéger la dynastie. La noblesse reprend également le clergé bouddhiste possédant des monastères et ses propres terres. Sous la noblesse on trouve la classe mandarinale qui reçoit des salaires et travaille pour l'appareil administratif du royaume. Comme sous la dynastie des Lý, l'accession à cette classe se fait soit par succession de père en fils soit par sélection par examen. Cependant, certains "aides de famille" de la noblesse peuvent également être nommés mandarins.

Sous la dynastie des Trần, la nomination des mandarins par sélection par examen est plus courante que sous la dynastie des Ly. En 1232, Trần Thái Tông met en place le premier examen de niveau supérieur (Thái học sinh en vietnamien = examen du niveau le plus élevé de la fonction publique féodale) pour sélectionner des docteurs (tiến sĩ en vietnamien

sĩ. Ngoài kỳ thi Thái học sinh, nhà Trần còn tổ chức những kỳ thi lấy Lại viên. Đề thi trong các kỳ thi này không phải là về văn học, chính trị như thi Thái Học Sinh mà là thảo các giấy tờ về hành chính và các môn toán. Ai thi đỗ được bổ làm thuộc viên tại cơ quan trung ương như sảnh viện.

Dưới tầng lớp quan lại là những nông dân tự do sống trong các làng xã. Đây là lực lượng chính cung cấp quân lính và đóng thuế cho triều đình. Vì thế được triều đình theo dõi kiểm kê nhân khẩu rất sát sao.

Tầng lớp cuối cùng trong xã hội là tầng lớp nô tỳ và nông nô. Tất cả các vương hầu đều có gia nô hay nô tỳ. Hoài Văn Hầu Trần Quốc Toản, tuy còn nhỏ tuổi đã có hàng nghìn gia nô, đủ để lập một đội quân đánh quân Mông Cổ. Trong số các gia nô này, thường có một số người thân tín, tay chân

= candidat reçu à l'examen Thái học sinh). A côté de l'examen Thái học sinh, la dynastie des Trần organise également des examens pour sélectionner des mandarins de plus bas niveau. Les matières de ces examens ne portent pas sur la littérature, la politique comme l'examen Thái học sinh mais elles portent sur l'aptitude à rédiger des documents administratifs et à effectuer des calculs. Les personnes reçues à ces examens sont affectées aux postes subalternes dans les Offices mandarinaux et les institutions.

Sous la classe des mandarins vient la classe des paysans qui vivent librement dans les villages. Elle constitue la principale source qui fournit des soldats et qui paie les impôts à la Cour. Par conséquent, la Cour suit de près l'évolution de son effectif.

La dernière classe dans la société est celle des domestiques et des serfs. Toute la noblesse en possède. Le marquis Hoài Văn Hầu Trần Quốc Toản, malgré son jeune âge, possède des milliers de serfs, suffisants pour former une armée pour combattre les Mongols. Parmi ces serfs, il y a souvent des personnes de confiance, proches aides efficaces du patron, appelées aides de famille (gia thần en vietnamien). Ces personnes, si elles ont un certain niveau intellectuel et si elles sont consciencieuses, peuvent

đắc lực của chủ đươc gọi là gia thần. Những người này nếu có trí và tận tâm phục vụ có thể được cất nhắc lên làm quan, thoát khỏi tầng lớp nô tỳ. Gia nô và nô tỳ là đẳng cấp thấp nhất trong xã hội.

Về văn hoá, dưới thời nhà Trần, chữ Nôm được coi trọng. Chữ Nôm được dùng làm thi ca, khúc ngâm. Tuy nhiên các chiếu chỉ của nhà Vua vẫn còn viết bằng chữ Hán. Mỗi khi lệnh vua ban ra ngoài, ty Hành khiển phải giảng cả âm lẫn nghĩa ra tiếng Việt cho dân hiểu và được thông báo mọi việc triều đình quyết định thi hành. Nhà Trần còn cho nghiên cứu và học tập cả tiếng Mán, tiếng Thổ, tiếng Phiên. Các vương hầu đương thời như Trần Quang Khải, Trần Nhật Duật đều thông hiểu các thứ tiếng này. Điều này cho thấy ý thức dân tộc của nhà Trần rất cao.

Về tín ngưỡng, tôn giáo được tôn sùng nhất dưới thời Trần là Phật giáo. Vua

être élevées au rang de mandarin pour échapper à leur condition d'esclave. Les domestiques et les serfs font partie de la classe la plus basse de la société. Leur condition est celle d'esclave.

Sur le plan culturel, l'écriture démotique (chữ Nôm en vietnamien) est bien prise en considération. Elle est utilisée dans les poèmes et les chansons. Cependant, les édits royaux sont toujours en caractères chinois. Les services ministériels doivent lire et expliquer chaque édit du roi au peuple de façon que ce dernier comprenne et soit au courant des décisions de la Cour. La dynastie des Trần fait faire des études relatives aux langues des minorités ethniques telles que la langue Mán, Thổ et Phiên. Les nobles de l'époque comme Trần Quang Khải, Trần Nhật Duật manipulent parfaitement ces langues. Ces faits démontrent la que la dynastie des Trần prend conscience de l'importance du peuple.

Quant aux croyances, le Bouddhisme est la religion la plus vénérée sous la dynastie des Trần. Le roi Trần Thái Tông est l'auteur du livre " Khóa hư kinh" qui explique en quoi consiste la philosophie bouddhiste Mahayana (Đại Thừa en vietnamien). Le roi Trần Nhân Tông écrit de nombreux "kệ" (poème long ou court qui résume un prêche de la philosophie bouddhiste ou un livre

Trần Thái Tông là tác giả kinh Khóa Hư. Vua Trần Nhân Tông đã soạn nhiều câu kệ trong tập Trần triều thượng sĩ ngũ lục, mang tư tưởng nhân từ, bác ái, giác tha, độ tha.

saint bouddhique) dans le volume Trần triều Thượng Sĩ ngũ lục (littéralement Texte de la dynastie des Trần reprenant les paroles de Bouddha) ayant trait à la charité, à la fraternité et visant à aider les autres à prendre conscience de la philosophie bouddhique.

QUÁ TRÌNH SUY VONG CỦA NHÀ TRẦN

Nhà Trần với một thời rất hưng thịnh, đã từng đại phá quân Nguyên và bình phục được Chiêm Thành. Nhưng kể từ khi Thái thượng hoàng Trần Minh Tông qua đời năm 1357, vua con Trần Dụ Tông lên ngôi ham mê tửu sắc, bỏ mặc việc triều chính, khiến cho nhà Trần bước vào giai đoạn suy vi và sau cùng bị mất ngôi.

Vua Trần Dụ Tông không lo chính sự, chỉ thích ăn chơi xây nhiều cung điện tốn kém, tạo nên sưu cao, thuế nặng khiến cho dân vô cùng khổ sở, oán than. Trong nước, loạn lạc nổi lên khắp nơi. Trong triều, bọn gian thần kéo bè kết đảng lộng hành, tham nhũng,

PROCESSUS DU DECLIN DE LA DYNASTIE DES TRẦN

La dynastie des Trần, à sa période prospère, a défait les Yuán et pacifié le Champa. Mais suite au décès du Roi-père Trần Minh Tông en 1357 le roi Trần Dụ Tông monte sur le trône. Ce dernier sombre dans l'alcoolisme et la luxure, s'adonne à la débauche et néglige les affaires de la Cour. Il entraine ainsi le déclin de la dynastie des Trần et, enfin, il perd son trône.

Le roi Trần Dụ Tông ne s'occupe pas des affaires de l'Etat mais s'évertue à faire construire des palais dispendieux. Il fait lever de lourds impôts qui rendent la population malheureuse et la mettent en colère. Dans le pays, des troubles éclatent partout. A la Cour, des courtisans félons s'acoquinent entre eux pour abuser de leur pouvoir et pratiquer la corruption avec insolence. Le sous-directeur de l'Académie Royale (Tư nghiệp

ngạo mạn. Tư nghiệp Quốc Tử Giám Chu Văn An dâng sớ xin chém bảy tên nịnh thần, nhưng Dụ Tông không nghe, khiến ông trả ấn từ quan.

Năm 1369, Trần Dụ Tông mất. Vì không con nên ngôi báu lọt vào tay Trần Nhật Lễ, vốn là con nuôi anh trai của Trần Dụ Tông. Lễ vốn họ Dương ham mê tửu sắc. Tháng 10 năm 1370, các tôn thất nhà Trần hợp mưu lật đổ và bắt giết Nhật Lễ, đưa con thứ ba của vua Trần Minh Tông lên ngôi là Trần Nghệ Tông.

Trần Nghệ Tông làm vua hai năm, nhường ngôi cho em là Trần Duệ Tông. Năm 1377, Trần Duệ Tông tử trận ở Chiêm Thành. Thái thượng hoàng Trần Nghệ Tông lập Trần Phế Đế, con Trần Duệ Tông lên thay. Nhưng Trần Nghệ Tông vẫn còn nắm quyền binh trong tay và rất tin dùng Hồ Quý Ly.

Hồ Quý Ly có hai người cô đều là vợ của vua Trần Minh Tông, và là mẹ của các nhà vua Trần Hiến Tông, Trần Nghệ Tông và Trần Duệ Tông. Hồ Quý Ly đã thao túng

Quốc Tử Giám en vietnamien) Chu Văn An soumet au roi une requête pour demander la décapitation de sept courtisans félons mais Dụ Tông ne l'écoute pas. Chu Văn An rend alors son sceau de mandarin et quitte le mandarinat.

En 1369, Trần Dụ Tông décède. Comme il n'a pas d'enfant, le trône tombe aux mains de Trần Nhật Lễ qui est le fils adoptif de son grand frère. L'ancien patronyme de Lễ est Dương. C'est une personne qui aime la boisson et la luxure. Au 10è mois de l'an 1370, la famille royale des Trần conspire pour le renverser et le tue ; elle met le 3è fils du roi Trần Minh Tông sur le trône sous le nom de Trần Nghệ Tông.

Trần Nghệ Tông reste 2 ans sur le trône, puis le cède à son jeune frère Trần Duệ Tông. En 1377, Trần Duệ Tông meurt au champ d'honneur au Champa. Le Roi-père Trần Nghệ Tông met le fils de Trần Duệ Tông sur le trône sous le nom de Trần Phế Đế. Le Roi-père Trần Nghệ Tông tient toujours le pouvoir et il utilise Hồ Quý Ly comme homme de confiance. Ce dernier a deux tantes, toutes deux sont épouses du roi Trần Minh Tông et mères des trois rois Trần

triều đình nhà Trần, ép Thái Thượng Hoàng Trần Nghệ Tông truất phế ngai vàng của Trần Phế Đế đưa con mình là Trần Thuận Tông (cũng là con rể của Hồ Quý Ly) lên ngôi vua. Từ đây quyền hành nhà Trần đã thực sự nằm trong tay Hồ Quý Ly.

Năm 1394, Trần Nghệ Tông mất, Hồ Quý Ly ráo riết xây thành Tây Đô ở Vĩnh Lộc-Thanh Hóa, rồi ép Trần Thuận Tông theo về. Sau đó Hồ Quý Ly lại ép Trần Thuận Tông nhường ngôi cho con là Trần Thiếu Đế khi đó mới được 3 tuổi, nhằm mưu đoạt ngôi nhà Trần.

Các tướng lĩnh nhà Trần như Trần Khát Chân họp lại mưu tiễu trừ Hồ Quý Ly. Việc bất thành, tất cả đều bị bắt và bị giết. Năm 1400, Hồ Quý Ly cướp ngôi của cháu ngoại Trần Thiếu Đế, đặt niên hiệu là Thánh Nguyên, đổi quốc hiệu là Đại Ngu.

Hiến Tông, Trần Nghệ Tông et Trần Duệ Tông. Hồ Quý Ly manipule la Cour en toute liberté: il pousse Trần Nghệ Tông à déposer Trần Phế Đế et l'oblige à couronner son beau-fils Trần Thuận Tông. Dès lors, tout le pouvoir est réellement entre les mains de Hồ Quý Ly.

En 1394, Trần Nghệ Tông décède. Hồ Quý Ly se dépêche de faire édifier la citadelle de Tây Đô à Vĩnh Lộc-Thanh Hóa puis oblige Trần Thuận Tông à le suivre dans la nouvelle citadelle. Ensuite, il contraint Trần Thuận Tông à céder son trône à son fils TrầnThiếu Đế, alors âgé de 3 ans, dans le but d'usurper le trône des Trần.

Les généraux tels que Trần Khát Chân s'unissent et élaborent un stratagème pour éliminer Quý Ly, mais ils échouent. Tous sont arrêtés et exécutés. En 1400, Hồ Quý Ly s'empare du trône de Trần Thiếu Đế, le fils de sa fille. Il prend Thánh Nguyên comme nom de règne et change le nom du pays : le Đại Việt s'appelle Đại Ngu depuis lors.

Thời đại Hồ Quý Ly và cuộc xâm lăng của nhà Minh

ERE DE HỒ QUÝ LY ET INVASION PAR LES MING (MINH EN VIETNAMIEN)

Hồ Quý Ly tên thật là Hồ Nhất Nguyên hoặc Lê Quý Ly là một viên quan nhà Trần. Ông có hai người cô làm cung phi của vua Trần Minh Tông, một người là mẹ của vua Trần Nghệ Tông còn một người sinh ra Trần Duệ Tông. Những năm cuối của triều đại nhà Trần, mọi hoạt động trong cung cấm đều trong tay Hồ Quý Lý thao túng.

HỒ QUÝ LY CƯỚP NGÔI NHÀ TRẦN

Năm 1400, Hồ Quý Ly cướp ngôi của cháu ngoại

Hồ Quý Ly, de son vrai nom Hồ Nhất Nguyên ou Lê Quý Ly, est un mandarin de la dynastie des Trần. Il a deux tantes qui sont des concubines du roi Trần Minh Tông, l'une est la mère du roi Trần Hiến Tông và Trần Nghệ Tông et l'autre a donné naissance à Trần Duệ Tông. Pendant les dernières années de la dynastie des Trần, toutes les activités du palais royal sont entre les mains de Hồ Quý Lý qui agit en toute liberté.

USURPATION DU TRONE DES TRẦN PAR HỒ QUÝ LY

En 1400, Hồ Quý Ly s'empare du trône du fils de sa propre fille

mình là Trần Thiếu Đế khi đó mới được ba tuổi lập nên triều đại nhà Hồ. Năm 1401 Hồ Quý Ly nhường ngôi vua cho con là Hồ Hán Thương, tiếp tục theo lệ nhà Trần giữ ngôi Thái thượng hoàng, để điều khiển việc triều chính.

Trần Thiếu Đế, âgé alors de 3 ans, pour fonder la dynastie des Hồ. En 1401, Hồ Quý Ly abdique en faveur de son fils Hồ Hán Thương. Il continue à garder les habitudes de la dynastie des Trần en occupant la position de Roi-père pour gouverner.

NHỮNG CẢI TỔ CỦA HỒ QUÝ LY

Ngay từ khi chưa đoạt ngôi vua, Hồ Quy Ly đã có nhiều ảnh hưởng đến chính sách quốc gia.

Chính sách hạn điền: Cuối thời nhà Trần, nhiều ruộng đất bị các vương hầu và nhà giầu chiếm cứ, dân nghèo không còn ruộng phải đi lưu vong hay bán mình làm nông nô rất đông; Vì vậy xã hội bắt đầu nẩy sinh mầm mống nhiều cuộc nổi loạn. Để xoa dịu bất mãn trong dân, Hồ Quý Ly ra luật ấn định mỗi thứ dân chỉ được có 10 mẫu ruộng, chỉ trừ một số biệt lệ, ai có dư phải nộp lại cho triều đình. Dân nghèo không có ruộng được tuyển làm ruộng cho triều đình. Các nhà giầu cũng không có

REFORMES DE HỒ QUÝ LY

Même avant son usurpation du trône, Hồ Quý Ly a déjà beaucoup d'influence sur la politique nationale.

Politique de restriction des terres. A la fin de la dynastie des Trần, beaucoup de terres sont possédées par la noblesse ou par des riches. Nombreuse est la population impécunieuse qui n'a plus de terres, et qui doit s'exiler ou se vendre comme esclave. C'est pourquoi des embryons d'insurrection deviennent latents dans la société. Pour faire baisser l'indignation du peuple, Hồ Quý Ly émet un édit limitant les terres que chaque classe sociale peut posséder à 10 mẫu (mẫu : ancienne unité de mesure variant de 3.600 m2 à 5.000 m2 selon l'endroit) de rizière, sauf quelques exceptions ; le surplus doit être remis à la Cour. La population pauvre, ne possédant pas de terre, est triée pour cultiver la terre au profit de la Cour. Les nantis ne peuvent pas garder trop de

quyền giữ quá nhiều nô tỳ, quá số giới hạn triều đình sẽ sung công. Chính sách trên có vẻ như bảo vệ dân nghèo, nhưng thực chất chỉ là chuyển sự nô lệ của bộ phận này từ tầng lớp quý tộc sang thành kẻ lệ thuộc triều đình.

Phát hành tiền giấy thay cho tiền đồng: Hồ Quý Ly đặt ra việc in tiền bằng giấy và cho thu hồi tiền làm bằng kim loại đang lưu hành. Việc này đã gây nên những xáo trộn trong xã hội do người dân đang quen tiêu tiền kim loại, và ngoài ra còn phát sinh vấn nạn in tiền giấy giả.

Việc giáo dục: Về thi cử, định kỳ 3 năm, năm trước thi Hương, năm sau thi Hội, ai đỗ thi Hội sẽ được dự cuộc thi làm văn sách để định cao thấp ra làm quan. Các quan làm giáo chức ở lộ, phủ, châu được cấp ruộng. Ở phủ và châu lớn quan giáo thụ được cấp 15 mẫu, tại phủ và châu vừa được cấp 12 mẫu, tại địa phương nhỏ được cấp 10 mẫu.

domestiques, ; si leur nombre dépasse la limite fixée, les serviteurs excédentaires sont confisqués au profit de l'Etat. Il est clair que cette politique a l'air de protéger les pauvres mais en réalité elle vise à transférer les esclaves de la noblesse vers la Cour.

Edition de la monnaie-papier en remplacement de la monnaie en cuivre. Hồ Quý Ly installe le système de la monnaie-papier et fait retirer la monnaie métallique en circulation. Ce fait provoque des désordres dans la société car le peuple est habitué à utiliser la monnaie métallique et, en outre, l'apparition de faux billets pose problème.

Education. Les examens sont échelonnés sur une période de 3 ans. Lors de la première année a lieu l'examen dit "thi Hương" dans les localités et les personnes reçues au "thi Hương" peuvent passer l'examen dit "thi Hội" l'année suivante. Les candidats reçus au "thi Hội" passent l'examen consistant à rédiger des dissertations (văn sách en vietnamien, portant sur des sujets tels que la façon de gouverner le pays, la divination, le Feng Shui, etc...) pour déterminer leur rang dans le mandarinat. Dans les provinces et districts importants, les mandarins responsables de l'éducation se voient octroyer 15 mẫu de terres (ancienne unité de mesure variant de 3.600 m2 à 5.000 m2 selon l'endroit), dans les provinces et districts moyens 12 mẫu et dans les petites localités 10 mẫu.

UỘC XÂM LƯỢC CHIÊM THÀNH DƯỚI TRIỀU HỒ QUÝ LY

Nhà Hồ không quy phục được lòng dân trong nước. Lợi dụng sự suy yếu của Chiêm Thành sau khi Chế Bồng Nga tử trận, Hồ Quý Ly cử quân sang đánh Chiêm Thành, nhằm dùng chiến thắng bên ngoài để tạo uy thế bên trong.

Cuộc xâm lược Chiêm Thành lần thứ nhất

Năm 1400, Hồ Quý Ly sai Đỗ Mãn và Trần Văn đem 15 vạn quân đi đánh Chiêm Thành. Nhưng gặp nước lụt quân nhà Hồ bị nghẽn ở dọc đường, phải rút về không đạt kết quả gì. Hai năm sau, nhà Hồ lại sai Đỗ Mãn làm Đô tướng cùng Đinh Đại Trung đi đánh Chiêm Thành lần nữa. Khi đến biên giới, tướng Đinh Đại Trung giao chiến cùng tướng Chiêm là Chế Trà Nam, hai bên cùng tử trận. Tuy quân Hồ không chiến thắng rõ ràng, nhưng vua Chiêm lo sợ nên xin hòa và dâng đất Chiêm Động

INVASIONS DU CHAMPA SOUS LE REGNE DE HỒ QUÝ LY

La dynastie des Hồ n'arrive pas obtenir l'adhésion du peuple. Profitant de la faiblesse du Champa après la mort de Chế Bồng Nga au front, Hồ Quý Ly envoie des troupes envahir le Champa dans le but de se servir de la victoire à l'extérieur pour acquérir du prestige à l'intérieur.

Première invasion du Champa. En 1400, Hồ Quý Ly envoie Đỗ Mãn, Trần Văn avec 150.000 soldats attaquer le Champa. Bloqués par les inondations, ils doivent se retirer sans aucun résultat. Deux ans plus tard, la dynastie des Hồ envoie de nouveau le général Đỗ Mãn et Đinh Đại Trung combattre le Champa. L'officier Đinh Đại Trung et l'officier Champa, Chế Trà Nam engagent la bataille à la frontière, tous deux meurent au front. Bien que l'armée Hồ n'ait pas remporté une nette victoire, le roi de Champa, affolé, demande l'arrêt des hostilités et cède le territoire de Chiêm Động (régions de Quảng Nam, Quảng Ngãi actuelle) à la dynastie des Hồ.

(vùng Quảng Nam, Quảng Ngãi ngày nay) cho nhà Hồ. Nhà Hồ đã chiêu mộ dân các lộ đang không có ruộng vào vùng này để khai thác. Một chuyện không may đã xẩy ra khiến nhà Hồ bị dân chúng oán hận, đó là đoàn thuyền di dân bị bão đánh đắm khiến cho nhiều người bị chết đuối.

Cuộc xâm lược Chiêm Thành lần hai. Sau khi đã chiếm được vùng Chiêm Động và Cổ Lũy, nhà Hồ nuôi tham vọng muốn chiếm thêm đất của Chiêm Thành. Năm 1404 nhà Hồ cử 20 vạn quân thủy bộ vào đánh Chiêm Thành. Quân nhà Hồ bao vây thành Chà Bàn, nhưng 9 tháng vẫn không hạ được, hết lương thực quân nhà Hồ phải rút về.

NHÀ HỒ TRƯỚC CUỘC XÂM LĂNGCỦA NHÀ MINH

Vào năm 1405, Bắc triều lúc đó thuộc về nhà Minh, là một đế quốc hùng mạnh cai trị bởi Minh Thành Tổ. Nhà Minh sai sứ sang đòi nhà Hồ

Celle-ci recrute immédiatement la population ne possédant pas de terres et les envoie, par bateau, dans ces régions pour les défricher. Un évènement malheureux se produit poussant la population à nourrir des rancœurs envers la dynastie des Hồ : le groupe de bateaux des émigrés rencontre une tempête qui le fait s'échouer et de nombreuses personnes se noient.

Deuxième invasion du Champa. Après avoir occupé les régions de Chiêm Động và Cổ Lũy, la dynastie des Hồ nourrit l'ambition de s'emparer de s'emparer de davantage de terres du Champa. En 1404, la dynastie des Hồ envoie ses forces terrestres et navales fortes de 200.000 hommes attaquer la Champa. L'armée des Hồ encercle la citadelle de Chà Bàn pendant 9 mois sans pouvoir la prendre. A court de ravitaillement, elle doit se retirer.

DYNASTIE DES HỒ FACE A L'INVASION PAR LES MING (MINH EN VIETNAMIEN)

En 1405, la dynastie des Ming du Nord est un empire puissant gouverné par Ming Chengzu (Minh Thành Tổ en vietnamien). La dynastie des Ming envoie

phải trả lại 7 trại Mãnh Nam đã chiếm đoạt của Nước Tàu trước đây. Trước thế mạnh của phương Bắc, nhà Hồ đã phải nhượng bộ. Sau đó nhà Minh lại sai sứ sang đòi phải cắt thêm đất Lạng sơn, Lộc Châu. Hồ Quý Ly phải nhượng bộ một lần nữa, cắt thêm 59 thôn tại Cổ Lâu cho nhà Minh, đồng thời ngấm ngầm chuẩn bị lực lượng cho một cuộc chiến.

Ngay từ khi chưa đoạt ngôi nhà Trần, Hồ Quý Ly đã đặc biệt coi trọng việc phát triển binh bị. Mong ước của ông là làm sao có được một đạo quân 100 vạn lính, để có sức đối chọi với phương Bắc. Nhà Hồ cũng chuẩn bị những phương tiện quân sự đặc biệt như loại thuyền đinh 2 tầng, ngụy trang là thuyền chở lương thực, nhưng là chiến thuyền, có thể di chuyển nhanh và xoay trở dễ dàng. Súng thần công do Hồ Nguyên Trừng sáng chế cũng là loại đại bác có sức công phá vượt trội so với các võ khí đương thời. Hồ Hán Thương cũng lập ra bốn cơ xưởng sản xuất khí cụ để

une ambassade demandant à la dynastie des Hồ de lui rendre les 7 localités de Mãnh Nam que le Vietnam a prises à la Chine auparavant. Face à la puissance du Nord, la dynastie des Hồ cède. Plus tard, la dynastie des Ming envoie de nouveau une ambassade demandant la cession des terres de Lạng Sơn et Lộc Châu. Encore une fois, Hồ Quý Ly doit faire des concessions et cède 59 villages de Cổ Lâu aux Ming tout en préparant secrètement ses troupes à la guerre.

Avant même qu'il ne s'empare du trône des Trần, Hồ Quý Ly accorde une importance particulière au développement des forces armées. Son désir est d'avoir une armée de 1.000.000 d'hommes pour faire face à l'ennemi du Nord. La dynastie des Hồ prépare des moyens militaires tels que les grandes barques à poupe tronquée et à 2 étages, maquillées en barques de ravitaillement, mais en réalité ce sont des navires rapides et faciles à manœuvrer. Les canons inventés par Hồ Nguyên Trừng ont une force de destruction supérieure aux armes d'alors. Hồ Hán Thương fait construire 4

trang bị cho binh lính.

Hồ Quý Ly cho quân đóng giữ các nơi hiểm yếu, dự phòng quân Minh có thể tiến qua. Xây thành Đa Bang để tập trung quân chống giữ không cho giặc tiến về Đông Đô. Tại các cửa sông và cửa biển, sai chặt cây và cắm cọc để ngăn cản địch di chuyển. Dọc mé nam sông Hồng, cho đóng cọc suốt nhiều trăm dặm để ngăn chặn thuyền địch.

Hồ Quý Ly cũng cho lập các nhà trú ẩn trong rừng rậm để khi có chiến tranh dân có thể rút về, mang theo gia súc và lúa gạo tạo chiến thuật vườn không đồng trống. Cuộc chuẩn bị của nhà Hồ thực hiện rất kỹ lưỡng nhưng họ cũng biết một điều bất lợi lớn, đó là không được sự ủng hộ, tuân phục của dân chúng.

arsenaux pour produire des armes destinées à équiper l'armée.

Hồ Quý Ly envoie des troupes garder les endroits stratégiques pour se prémunir des attaques des Ming. Il fait édifier la citadelle de Đa Bang pour concentrer ses forces contre la progression de l'ennemi vers Đông Đô. Aux embouchures des fleuves, il fait planter des pieux en bois pour empêcher le mouvement des navires ennemis. Au Sud du fleuve Rouge, il fait enfoncer des pieux sur des centaines de kilomètres pour endiguer les navires ennemis. Hồ Quý Ly fait également construire des cachettes dans la forêt pour que la population puisse s'y retirer, y amener les animaux domestiques et du riz pour appliquer la tactique de la terre brûlée. La préparation des Hồ est très minutieuse mais ils savent que le grand inconvénient est qu'ils n'ont pas le soutien et la soumission du peuple.

CÁC GIAI ĐOẠN XÂM LĂNG CỦA NHÀ MINH

Đưa Trần Thiêm Bình về nước để tái lập nhà Trần

Tháng 4 năm 1406 Minh

PHASES DE L'INVASION PAR LES MING

Rapatriement de Trần Thiêm Bình pour restaurer la dynastie des Trần.

Au 4è mois de l'an 1406, l'armée des

triều mang quân đưa Trần Thiêm Bình về nước, lấy cớ buộc cha con Hồ Quý Ly phải trả lại ngôi vua cho nhà Trần. Trần Thiêm Bình vốn là gia nhân của tôn thất nhà Trần, trốn qua bên Tàu, mạo nhận là con của vua Trần Nghệ Tông để xin cầu viện nhà Minh. Quân Minh do Nguyễn Trung cầm đầu hộ tống Trần Thiêm Bình tới khu vực Lãnh Kênh thì giao tranh với quân nhà Hồ. Quân Minh thua, phải rút về nước, Trần Thiêm Bình bị Hồ Hán Thương bắt giết chết.

Cuộc xâm lược do Trương Phụ cầm đầu

Tháng 8 năm 1406 Nhà Minh huy động rất nhiều tướng tài cầm đầu đạo quân xâm lăng lên tới 80 vạn, sang xâm chiếm Đại Việt qua hai ngả Quảng Tây và Vân Nam. Nhà Minh cũng sai sứ qua Chiêm Thành hẹn cùng tấn công Đại Việt từ phía Nam.

Tới tháng 11 năm 1406, cánh quân theo ngả Quảng Tây tiến vào nước ta qua hướng Lạng Sơn. Hai bên

Ming escorte Trần Thiêm Bình au pays, sous prétexte d'obliger Hồ Quý Ly et son fils à rendre le trône à la dynastie des Trần. Trần Thiêm Bình, à l'origine un domestique de la famille royale Trần, se réfugie en Chine et se fait passer pour le fils du roi Trần Nghệ Tông pour demander de l'aide à la dynastie des Ming. Quand les troupes Ming commandée par Ruǎn Zhōng (Nguyễn Trung en vietnamien) pour escorter Trần Kiêm Bình arrivent dans la région de Lãnh Kênh, l'armée des Hồ engage la bataille. L'armée des Ming défaite doit se retirer dans son pays. Trần Thiêm Bình est capturé et tué par Hồ Hán Thương.

Invasion commandée par Zhāng Fǔ (Trương Phụ en vietnamien).

Au 8è mois de l'an 1406, la dynastie des Ming mobilise de nombreux généraux talentueux pour commander son armée d'invasion forte de 800.000 hommes. L'armée chinoise passe par Guǎngxī (Quảng Tây en vietnamien) et Yunnan (Vân Nam en vietnamien). La dynastie des Ming envoie également une ambassade pour demander au Champa d'attaquer simultanément la dynastie des Hồ par le Sud.

Au 11è mois de l'an 1406, le corps d'armée passant par Guǎngxī entre

giao chiến ác liệt. Quân Minh treo cáo thị kể tội Hồ Quý Ly giết vua nên kéo quân qua Đại Việt để lập lại ngôi nhà Trần. Quân Minh tiến tới ải Khả Lựu, gặp quân nhà Hồ và đánh chiếm được ải này. Khi tới Chi Lăng, quân Minh gặp kháng cự mãnh liệt của quân nhà Hồ với súng tự chế giết hại được rất nhiều địch, nhưng sau khi quân nhà Hồ hay tin thất trận tại Khả Lựu thì mất tinh thần và tan rã. Vài hôm sau, đại quân Minh tiến tới phía bắc sông Hồng, vùng Đa Phúc (Phúc Yên) thì dừng lại đợi cánh quân từ Vân Nam tới.

Cánh quân Vân Nam do Mộc Thạnh chỉ huy qua đường núi, chiến thắng nhanh chóng, tiến tới sông Lô (Tuyên Quang) rồi xuôi về ngã ba Bạch Hạc định tiến vào sông Hồng. Quân nhà Hồ do Hồ Nguyên Trừng chỉ huy rút về tuyến phòng thủ Đa Bang tại phía nam sông Hồng và chống cự mãnh liệt khiến quân Minh không tiến được. Họ Hồ cũng áp dụng chiến

dans notre pays par Lạng Sơn. Le combat est violent. L'armée des Ming arbore des pancartes accusant Hồ Quý Ly d'avoir tué le roi et proclamant qu'elle vient dans notre pays pour restaurer la dynastie des Trần. L'armée des Ming rencontre l'armée de la dynastie des Hồ au défilé de Khả Lựu, livre bataille et s'en empare. Quand l'armée des Ming arrivent à Chi Lăng, elle rencontre une résistance féroce de l'armée des Hồ dont les canons qu'elle a conçus elle-même tuent de nombreux ennemis. Mais informée de la défaite de Khả Lựu, elle perd le moral et se désagrège. Quelques jours plus tard, l'armée des Ming arrive au Nord du fleuve Rouge, dans la région de Đa Phúc (Phúc Yên), elle s'y installe en attendant le corps d'armée passant par Yúnnán.

Le corps d'armée passant par Yunnan, commandé par Mù Shèng (Mộc Thạnh en vietnamien), passe par les chemins montagneux et remporte rapidement la victoire. Il avance jusqu'au fleuve Lô (Tuyên Quang) puis se dirige vers le carrefour de Bạch Hạc avec l'intention de progresser jusqu'au fleuve Rouge. L'armée des Hồ commandée par Hồ Nguyên Trừng se retire sur la ligne de défense de Đa Bang au Sud du

thuật thanh dã, di chuyển toàn bộ dân chúng và lúa gạo bên bờ phía bắc sông Hồng, đợi quân Minh cạn lương và mỏi mệt vì bệnh tật do lạ khí hậu sẽ phản công. Để tránh gặp lại cảnh bị tiêu hao như các cuộc xâm lăng thời Tống, Minh chủ hạ lệnh cho Trương Phụ và Mộc Thạnh phải gấp rút chiến thắng trước mùa xuân năm 1407.

Bọn Trương Phụ, Mộc Thạnh dùng mưu kế kể tội Hồ Quý Ly, kích động binh lính, dân chúng, khiến những người không phục nhà Hồ như Mạc Địch, Mạc Thúy, Nguyễn Huân ... ra hàng quân Minh.

Trương Phụ một mặt làm kế nghi binh, tại vùng Gia Lâm, ban đêm nổi lửa bắn súng làm như chuẩn bị vượt sông, rồi lợi dụng lúc bên tướng nhà Hồ sơ hở, đêm 19 tháng 1 năm 1407 Trương Phụ đánh úp quân nhà Hồ tại bãi Mộc Hoàn. Sau đó dùng cầu phao vượt sông tấn công thành Đa Bang. Quân Hồ dùng voi

fleuve Rouge et oppose une forte résistance qui stoppe l'avance des Ming. La dynastie des Hồ applique également la tactique de la terre brûlée, elle déplace la population et du riz sur la rive Nord du fleuve Rouge avec l'intention de contre-attaquer quand l'armée des Ming serait à court de ravitaillement et atteinte de maladie à cause du climat. Pour éviter des pertes comme lors des invasions menées sous les Sòng, le roi des Ming ordonne à Zhāng Fǔ et Mù Shèng d'accélérer leur campagne pour remporter la victoire avant le printemps de l'an 1407.

Zhāng Fǔ et Mù Shèng utilisent la guerre psychologique, ils dénoncent les fautes de Hồ Quý Ly, troublent l'esprit des troupes et du peuple pour que les personnes qui sont contre la dynastie de Hồ comme Mạc Địch, Mạc Thúy, Nguyễn Huân ... se rendent à l'armée des Ming.

Zhāng Fǔ se sert d'un stratagème de diversion. Dans la région de Gia Lâm, il fait allumer des feux, tirer des coups de canon pendant la nuit pour faire croire qu'il se prépare à traverser le fleuve. La nuit du 19 de 5è mois de l'an 1407, profitant de l'inattention des généraux des Hồ, il

trận phản công nhưng voi bị súng thần cơ phía quân Minh bắn hạ, hoảng sợ bỏ chạy, quân Minh tràn vào chiếm được thành. Phòng tuyến các nơi của quân nhà Hồ đều bị tan rã. Ba hôm sau quân Minh chiếm được thành Thăng Long. Các quan lại tại kinh thành và các lộ phần lớn đều ra hàng, trong khi đó Hồ Nguyên Trừng bị cánh quân của Mộc Thạnh đánh đuổi chạy tới cửa Định An (Nam Định).

Tháng 4, quân Minh ngã bệnh do không quen khí hậu, Hồ Nguyên Trừng cùng Hồ Quý Ly, Hồ Hán Thương đem đại quân thủy bộ ra tấn công tại Hàm Tử. Hai bên giao chiến ác liệt nhưng cuối cùng quân nhà Hồ đã bị bộ binh, kỵ binh của Trương Phụ và thủy binh của Liễu Thăng đánh tan phải chạy về nam. Quân Minh đuổi theo cho tới Thanh Hóa bắt được Hồ Quý Ly vào ngày 19 tháng 6. Hôm sau, Hồ Nguyên Trừng và Hồ Hán Thương cũng bị bắt.

les attaque par surprise sur les berges de Mộc Hoàn. Ensuite, il utilise des ponts flottants pour traverser le fleuve et attaquer la citadelle de Đa Bang. L'armée des Hồ utilise des éléphants pour contre-attaquer, mais les éléphants effrayés par les tirs de canon s'enfuient. L'armée des Ming envahit la citadelle. Toutes les lignes de défense des Hồ se désagrègentet trois jours plus tard l'armée des Ming s'empare de Thăng Long. La plupart des mandarins de la capitale et des préfectures se rendent, alors que Hồ Nguyên Trừng est pourchassé par Mù Shèng jusqu'à l'embouchure de Định An (Nam Định).

Au 4è mois, à cause du climat, des maladies se répandent au sein de l'armée des Ming, Hồ Nguyên Trừng, Hồ Quý Ly et Hồ Hán Thương conduisent alors les forces terrestres et navales pour l'attaquer à Hàm Tử. Le combat est violent, mais à la fin l'armée des Hồ, défaite par les forces terrestres et la cavalerie de Zhāng Fǔ ainsi que par la marine de Liu Sheng (Liễu Thăng en vietnamien), doit se retirer vers le Sud. Les Ming la poursuivent jusqu'à Thanh Hóa où ils capturent Hồ Quý Ly le 19 du 6è mois. Le lendemain, Hồ Nguyên Trừng et Hồ Hán Thương sont aussi capturés.

Tháng 7, Trương Phụ sai Liễu Thăng áp giải cha con họ Hồ cùng tướng tá, gia quyến về bên Tàu. Hồ Quý Ly sau đó bị đầy đi làm lính tại Quảng Tây và chết tại đó. Riêng Hồ Nguyên Trừng vì có biệt tài chế tạo súng thần cơ nên được trọng dụng để dạy lại kỹ thuật cho quân Minh. Hồ Nguyên Trừng làm quan cho nhà Minh, sau được phong chức Công bộ thị lang (hàng Thứ trưởng) rồi Binh bộ thượng thư (tức Bộ trưởng Quốc phòng ngày nay).

Sự thất bại của nhà Hồ không phải vì thiếu người tài giỏi, mà vì thuật cai trị không thu phục được lòng dân. Sự diệt vong của nhà Hồ sau bảy năm cai trị ngắn ngủi là bài học lớn của lịch sử về việc trị quốc cần lấy dân làm gốc. Sau thời nhà Hồ, nước Đại Việt lại bị sát nhập vào lãnh thổ Nước Tàu với thời kỳ Bắc thuộc lần thứ tư kéo dài 20 năm.

Au 7è mois, Zhāng Fǔ ordonne à Liu Sheng de conduire Hồ Quý Ly, son fils, ainsi que ses officiers et sa famille en Chine. Hồ Quý Ly est condamné à être simple soldat à Guǎngxī et y décède. Quant à Hồ Nguyên Trừng, grâce à son savoir-faire relatif à la fabrication des canons, il est nommé à un poste important pour apprendre la technologie à l'armée des Ming. Hồ Nguyên Trừng devient mandarin des Ming, plus tard il est nommé Công bộ thị lang (équivalent à vice-ministre) puis Binh bộ thượng thư (soit Ministre de la Défense actuellement).

L'échec de la dynastie des Hồ est dû, non pas au manque d'hommes de valeur, mais au fait que sa politique ne conquiert pas le cœur du peuple. L'extermination de la dynastie des Hồ après un court règne de sept ans est une leçon historique selon laquelle le peuple est le fondement de l'administration d'un pays. Après l'époque des Hồ, notre pays est annexé au territoire chinois débutant ainsi la quatrième domination chinoise qui va durer 20 ans.

Chế độ cai trị của nhà Minh và các cuộc khởi nghĩa đầu tiên

RÉGIME ADMINISTRATIF DES MING ET LES PREMIERS SOULÈVEMENTS

Năm 1407 nhà Hồ đã để nước ta rơi vào tay người Tàu sau 500 năm giành được quyền tự chủ. Đây là lần Bắc thuộc thứ tư, kéo dài 20 năm. Nhà Minh thiết lập chính quyền thống trị trên khắp nước Đại Việt.

Quốc hiệu nước Đại Việt bị đổi thành Giao Chỉ và chỉ được coi là một quận thuộc Nước Tàu. Nhà Minh thi hành chính sách đồng hoá dân tộc và bóc lột tàn bạo. Chúng đặt ra hàng trăm thứ thuế nặng nề. Phụ nữ, trẻ

En 1407, la dynastie des Hồ laisse notre pays tomber entre les mains des Chinois après 500 ans d'autonomie. C'est la quatrième domination chinoise qui va durer 20 ans. La dynastie des Ming (Minh en vietnamien) établit une administration qui met tout le Đại Việt sous sa domination.

Đại Việt, le nom du pays, est changé en Giao Chỉ et n'est qu'une province de la Chine. La dynastie des Ming applique la politique de sinisation et exploite le peuple sans pitié. Elle invente des centaines d'impôts aussi lourds les uns que les

em bị bắt đưa về bên Tàu làm nô tì. Các phong tục tập quán của người Việt bị cấm cản, các sách quý do người Việt viết đều bị thiêu hủy hoặc mang về bên Tàu. Chúng áp dụng phương sách "dĩ di trị di" (người địa phương cai trị dân địa phương) để gây chia rẽ làm yếu sức mạnh đoàn kết của dân tộc Việt.

Tuy nhiên, cũng trong thời kỳ này, nhà Minh lại rơi vào một cuộc nội chiến kéo dài do người dân Tàu nổi dậy, vì vậy những chính sách đồng hóa dân Việt của nhà Minh không đạt được hoàn toàn tác dụng và các giá trị văn hóa người Việt vẫn giữ lại được phần nào.

autres. Les femmes et les enfants sont envoyés en Chine pour en faire des esclaves. La pratique des us et coutumes vietnamiens est interdite, des livres précieux écrits par des Vietnamien sont soit brûlés soit exportés vers la Chine. Elle pratique la politique 'dĩ di trị di" (littéralement utiliser les barbares pour assujettir les barbares) pour diviser, affaiblir la solidarité du peuple vietnamien.

Cependant, à cette époque, la dynastie des Ming traverse une longue guerre civile provoquée par les Chinois eux-mêmes. C'est pourquoi, la politique d'assimilation du peuple vietnamien par la dynastie des Ming n'atteint pas tout à fait le but visé et les valeurs culturelles vietnamiennes sont en partie conservées.

GUỒNG MÁY HÀNH CHÁNH TẠI ĐẠI VIỆT DƯỚI SỰ CAI TRỊ CỦA NHÀ MINH

Theo tư liệu của nhà Minh, quận Giao Chỉ là dải đất đông tây dài 1.760 dặm, nam bắc dài 2.800 dặm với số dân bản địa 3.120.000 người và 2.087.000 "dân man" . Quận Giao Chỉ, chia

STRUCTURE ADMINISTRATIVE DU ĐẠI VIỆT SOUS LA GOUVERNANCE DES MING

Selon les archives de la dynastie des Ming, la province de Giao Chỉ est un territoire qui mesure 1.760 dặm (1 dặm = ± 450m) d'est en ouest et 2.800 dặm du nord au sud avec une population locale composée de 3.120.000 personnes et de 2.087.000 "barbares".

ra làm 17 phủ là: Giao Châu, Bắc Giang, Lạng Giang, Lạng Sơn, Tân An, Kiến Xương, Phong Hóa, Kiến Bình, Trấn Man, Tam Giang, Tuyên Hóa, Thái Nguyên, Thanh Hóa, Nghệ An, Tân Bình, Thuận Hóa, Thăng Hoa, và 5 châu

La province de Giao Chỉ est divisée en 17 préfectures (phủ en vietnamien) : Giao Châu, Bắc Giang, Lạng Giang, Lạng Sơn, Tân An, Kiến Xương, Phong Hóa, Kiến Bình, Trấn Man, Tam Giang, Tuyên Hóa, Thái Nguyên, Thanh Hóa, Nghệ An, Tân Bình, Thuận Hóa, Thăng Hoa, et 5 districts directement rattachés au

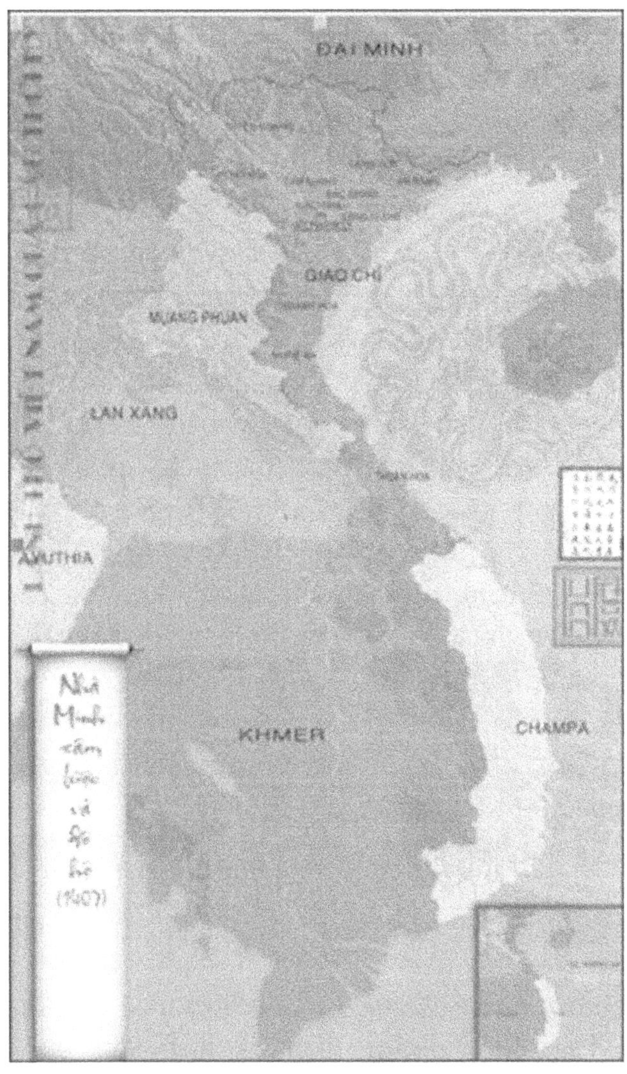

trực thuộc gồm: Quảng Oai, Tuyên Hóa, Qui Hóa, Gia Bình, Diễm Châu. Dưới phủ là châu và huyện.

Bộ máy hành chính quận Giao Chỉ gồm ba cơ quan được gọi là tam Ty: Bố Chánh Ty coi về hành chánh và tài chánh, Chưởng Đô Ty tổ chức và chỉ huy quân đội và Đề Hình Ty lo về tư pháp. Các Ty này trực thuộc triều đình nhà Minh bên Tàu. Dưới các Ty là hệ thống chính quyền địa phương tại phủ, châu và huyện.

Trên những đường giao thông quan trọng, cứ 10 dặm lại thiết lập 1 trạm để chuyển vận các công văn khẩn cấp, tổng cộng lúc đó có 374 trạm để thông tin giữa các phủ huyện, ứng phó lẫn nhau và duy trì liên lạc thường xuyên với triều đình bên Tàu.

Vào cuối năm 1407, lực lượng quân chiếm đóng lên tới 47.000 người.

pouvoir provincial : Quảng Oai, Tuyên Hóa, Qui Hóa, Gia Bình, Diễm Châu. Sous les préfectures se trouvent les districts (châu et huyện en vietnamien).

L'appareil administratif de la province de Giao Chỉ est composé de 3 services : le Service Administratif s'occupe de l'administration et des finances, le Service des Affaires militaires organise et commande l'armée, le Service de Juridique s'occupe des affaires judiciaires. Ces services dépendent directement de la Cour chinoise. Sous les Services il y a un système de pouvoirs locaux dépendant despréfectures et districts.

Le long des voies de communication importantes, à peu près tous les 10 km, sont érigées des stations pour acheminer les documents officiels urgents. Au total il y a 374 stations pour permettre la communication et l'entraide dans le pays, et pour maintenir des relations régulières avec la dynastie chinoise.

A la fin de l'an 1407, l'armée d'occupation s'élève à 47.000 personnes.

CHÍNH SÁCH ĐỒNG HÓA CỦA NHÀ MINH TẠI ĐẠI VIỆT

Trong chính sách đồng hoá, nhà Minh dùng nhiều

POLITIQUE D'ASSIMILATION DES MING AU ĐẠI VIỆT

La politique de sinisation des Ming consiste à mettre en œuvre des

thủ đoạn hủy diệt nền văn hoá dân tộc của nước ta. Đối với các phong tục tập quán của dân chúng, giặc tìm mọi cách cưỡng bức nhằm thay đổi các cá tính dân tộc như cấm con trai con gái không được cắt tóc, đàn bà con gái phải mặc quần dài, áo ngắn theo lề lối đúng như dân của họ. Tại các phủ, châu, huyện phải lập văn miếu, lập bàn thờ bách thần để bốn mùa tế tự giống như bên Tàu...

Trước lúc xuất quân, Minh Thành Tổ đã ra lệnh cho bọn tướng xâm lăng: "Khi tiến quân vào thành An Nam thì chỉ trừ những bản kinh và sách về Thích, Đạo không huỷ, còn tất cả các bản in sách, các giấy tờ cho đến sách học của trẻ con như loại "thượng, đại, nhân, ất, kỉ", thì nhất thiết một mảnh giấy, một chữ đều phải thiêu hủy hết. Trong nước ấy, chỉ có những bia do Người Tàu dựng lên ngày trước thì để lại, còn những bia do An Nam lập ra thì phải phá cho hết,

techniques pour détruire la culture de notre pays. L'ennemi cherche par tous les moyens à forcer le changement de la personnalité du peuple en utilisant des procédés tels que l'interdiction pour les hommes de se couper les cheveux, l'obligation pour les femmes de porter des pantalons longs, et des chemisiers courts conformément à la coutume chinoise. Dans les préfectures et districts, il faut dresser des autels dédiés aux divinitéspour célébrer des cérémonies de culte toute l'année comme en Chine...

Avant d'envoyer ses troupes au combat, Ming Chéngzǔ (Minh Thành Tổ en vietnamien) ordonne aux généraux envahisseurs : "Lorsque vous entrez au pays d'An Nam, exception faite des textes de prières ou des livres liés au Bouddhisme et au Confucianisme, il faudra détruire tous les documents, jusqu'aux livres pour l'apprentissage de l'écriture destinés aux enfants contenant de simples caractères comme "thượng, đại, nhân, ất, kỉ" (littéralement haut, grand, homme, deuxième, terminer). Chaque feuille de papier, chaque caractère devra absolument être détruit. Dans ce pays, seules les pierres tombales érigées par la Chine seront épargnées, celles érigées par l'An Nam devront être détruites, sans laisser aucun caractère".

một chữ cũng không được để lại". Năm 1409, phần lớn các sách điển chương, luật lệ, các tác phẩm lịch sử, văn học, địa lý, quân sự... viết tại Đại Việt trong các thời đại trước đã bị tịch thu đem về bên Tàu. Tổng cộng các sử sách, đồ thư và truyện ký đưa về Kim Lăng bao gồm 157 quyển và 6 bộ. Hiện nay, không thấy quyển nào nữa, thật là một thiệt hại lớn cho người nước mình.

Tháng 8 năm 1418 nhà Minh lại cử người sang nước ta lục soát những sách vở còn sót lại đem về bên Tàu.

Ngoài chủ trương hủy diệt các tài liệu văn hóa trong xã hội Đại Việt, Minh Triều còn cho nhập vào nước ta các tác phẩm căn bản như Tứ Thư, Ngũ Kinh và lập Tăng Đạo để truyền bá rộng ra cho dân chúng đạo Phật và đạo Lão. Ngoài việc giảng dạy Nho giáo, tất cả đều trong mưu đồ xoá bỏ nếp sống và tư tưởng dân Đại Việt, biến Đại Việt thành một phần đất của Nước Tàu.

En 1409, la plupart des livres ayant trait aux lois et règlements, les œuvres historiques, littéraires, géographiques, militaires,... sont confisqués et envoyés en Chine. Au total, 157 livres et 6 collections sont envoyés à Jīnlíng (Kim Lăng en vietnamien, capitale des Ming, actuel Nánjīng, Nam Kinh en vietnamien). Actuellement, il n'en subsiste plus aucun : c'est vraiment une grosse perte pour notre peuple.

Au 8è mois de l'an 1418, la dynastie des Ming envoie des hommes pour fouinerà la recherche de restes de livres pour les emmener en Chine. A côté de la politique de destruction des documents culturels de la société de Đại Việt, la dynastie des Ming fait importer chez nous les œuvres basiques telles que les Quatre Livres Classiques (Tứ Thư en vietnamien), les Cinq Livres Canoniques de la doctrine confucéenne (Ngũ Kinh en vietnamien), ainsi que des institutions de culte pour propager le Bouddhisme et le Taoïsme dans le peuple. Outre la vulgarisation du Confucianisme, tout vise à effacer le mode de vie et la pensée du peuple du Đại Việt et à changer le Đại Việt pour en faire une partie de la Chine.

CHÍNH SÁCH LAO DỊCH CỦA MINH TRIỀU ĐỐI VỚI DÂN ĐẠI VIỆT

Về binh bị, bên cạnh số quân sĩ nhà Minh phái sang, chúng cũng tuyển mộ khá nhiều thổ binh. Theo quy định năm 1415, từ Thanh Hoá trở vào, cứ hai suất đinh chúng bắt một suất lính; từ Thanh Hoá trở ra, ba suất đinh bắt một suất lính. Số thổ binh này được chia về các vệ sở, đóng lẫn lộn với quân Minh để dễ bề kiểm soát.

Số lượng thổ quan, thổ binh chiếm một tỉ lệ đáng kể trong bộ máy đô hộ của nhà Minh, nhưng chính kẻ thù cũng phải thú nhận rằng: “đầu mục Giao Chỉ có kẻ đã hàng rồi lại phản, phản rồi lại quy phục” và thổ binh thì “khi chiến đấu thường hai lòng, không chịu hết sức”. Vì vậy đa phần thổ binh chỉ được dùng vào việc khai thác đồn điền tới kiệt lực, để sản xuất lương thực nuôi quân chiếm đóng. Lúc bấy

POLITIQUE DE LA CORVEE APPLIQUEE PAR LES MING A LA POPULATION DE ĐẠI VIỆT

Du point de vue militaire, outre les soldats envoyés par la dynastie des Ming, le pouvoir en place recrute également des soldats autochtones. Selon le règlement de 1415, au Sud de Thanh Hoá, un homme sur deux est enrôlé et au Nord, un homme sur trois. Ces soldats autochtones sont envoyés vers les unités pour être casernés avec les soldats Ming de façon à faciliter leur contrôle.

Les officiers et les soldats autochtones représentent une part non négligeable dans l'administration de la domination chinoise, mais l'ennemi doit quand même avouer : "parmi les chefs Giao Chỉ, il y en a qui se rendent puis trahissent, ils trahissent puis se soumettent", quant aux soldats autochtones, "ils jouent un double jeu et ménagentleurs efforts". Par conséquent, la plupart des soldats autochtones ne servent qu'à l'exploitation des plantations jusqu'à épuisement pour fournir les vivres nécessaires à l'armée d'occupation. A cette époque, une malédiction se répand largement dans tout le pays :

giờ, khắp nước lưu truyền rộng rãi một lời nguyền: "Muốn sống đi ẩn rừng ẩn núi, muốn chết làm quan triều Minh".

Năm 1407, riêng Trương Phụ đã bắt trên 7.700 người, phần nhiều là thợ thủ công, đem về Tàu làm nô dịch. Quân Minh còn lùng bắt hàng loạt dân Việt gồm phường nhạc, thầy thuốc, phụ nữ, thanh thiếu niên trai trẻ tuấn tú... đem về Tàu phục vụ cho triều đình và quan lại nhà Minh hoặc bán làm nô tì.

Năm 1417, nhà Minh dời đô lên Bắc Kinh. Trong 3 năm liền họ phải huy động sức người, sức của cả nước để xây dựng kinh thành mới. Trong số đó có nhiều dân phu và thợ thủ công từ Đại Việt qua lao dịch. Nguyễn An, một kiến trúc sư tài giỏi nước Đại Việt và nhiều người có tài khác, đều bị chúng cưỡng bức suốt đời làm nô lệ cho chúng.

Tại vùng biển, những nơi có ngọc trai như Vân Đồn, Tĩnh An, nhà Minh đốc thúc dân phu đi mò ngọc. Mỗi ngày hàng ngàn người phải

"Si tu veux vivre, va te cacher dans les forêts dans les montagnes, si tu veux mourir sois mandarin de la dynastie des Ming".

En 1407,Zhāng Fǔ (Trương Phụ en vietnamien)envoie à lui seul en Chine 7.700 personnes, des artisans pour la plupart, pour servir d'esclaves. L'armée Ming poursuit et capture également de nombreux Vietnamiens dont des musiciens, des médecins, des femmes et des jeunes gens intelligents, au physique agréable... pour les envoyer en Chine servir la Cour et les mandarins, ou encore les vendre comme esclaves.

En 1417, la dynastie déplace sa capitale à Pékin (Bắc Kinh en vietnamien). Pendant 3 années consécutives, elle mobilise les ressources humaines et matérielles de tout le pays pour édifier la nouvelle capitale. Des hommes de corvée et des artisans vietnamiens envoyés de Đại Việt font partie de la main d'œuvre. Nguyễn An, un architecte talentueux de Đại Việt et de nombreuses autres personnes de valeur sont forcés de servir d'esclaves toute leur vie.

Le long du littoral, aux endroits où on peut trouver des perles comme Vân Đồn, Tĩnh An, la dynastie des Ming presse les hommes de corvée à pêcher des perles. Tous les jours, des

lặn xuống đáy biển để mò ngọc. Dân phu trong các việc khai thác kinh tế này phải làm việc dưới roi vọt và những hình phạt tàn nhẫn khiến rất nhiều người đã bỏ mạng.

milliers de personnes sont obligées de plonger pour en pêcher. Les hommes de corvée dans ces zones d'exploitation économique doivent travailler sous les coups de fouet et en subissant des punitions sans pitié, par conséquent ils sont nombreux à y perdre la vie.

CHÍNH SÁCH VƠ VÉT TÀI NGUYÊN CỦA NHÀ MINH

Để vơ vét tài nguyên và sức người, nhà Minh thiết lập một mạng lưới đánh thuế, cứ mỗi mẫu ruộng phải nộp năm thăng thóc, mỗi mẫu bãi để trồng dâu phải nộp một lạng tơ và mỗi cân tơ phải nộp một tấm lụa. Nhưng thuế ruộng không phải là thứ thuế độc nhất mà nhà Minh áp đặt tại nước ta. Ngoài thuế ruộng ra, chúng còn đặt nhiều thứ thuế khác đề bóc lột mọi tầng lớp dân chúng. Tất cả các ngành nghề thủ công và buôn bán đều bị đánh thuế. Ngoài ra còn những thứ thuế đánh vào nghề săn bắn, đánh cá và lâm sản. Trong các thứ thuế này, thuế muối là nặng nhất. Nhà nước trung ương

POLITIQUE DE PILLAGE DES RESSOURCES PAR LES MING

Pour piller les ressources matérielles et humaines, la dynastie des Ming instaure un système d'imposition. Pour chaque mẫu (ancienne unité de mesure variant de 3.600 m2 à 5.000 m2 selon l'endroit) de rizière, on doit payer 5 thăng (1 thăng = 1 litre) de riz, pour chaque mẫu de plantation de muriers, on doit payer 1 lạng (± 31 g) de fil de soie et pour chaque lạng de fil de soie, un carré de soie tissé. Mais les produits agricoles ne sont pas les seuls à être taxés. Outre ces impôts, de nombreux autres impôts sont inventés pour piller toutes les classes sociales. Tous les métiers d'artisanat et commerçants doivent payer des impôts. La pêche, la chasse et l'exploitation forestière sont également taxées. Parmi les impôts, celui sur le sel est le plus lourd. Le pouvoir central détient le monopole

nắm độc quyền buôn bán muối, dùng muối để đổi lấy vàng bạc và kiểm soát đời sống người dân. Ngoài chế độ thuế khóa, người dân còn phải nộp các sản vật quý như: hồ tiêu, sừng tê giác, voi bạch, quế tốt, hương liệu, hươu trắng.

Năm 1415, triều đình Minh đặc biệt chú trọng đến việc khai thác kinh tế tại miền núi. Những nơi có mỏ vàng, mỏ bạc dân phu khai thác được bao nhiêu phải niêm phong gởi về cho ty Bố chính.

GIẢN ĐỊNH ĐẾ VÀ CUỘC KHỞI NGHĨA ĐẦU TIÊN CHỐNG LẠI NHÀ MINH

Sau khi diệt xong được họ Hồ, Trương Phụ treo bảng kêu gọi con cháu nhà Trần ra làm quan. Biết rõ ý đồ của nhà Minh là giả dối nhằm truy cùng giết tuyệt cho hết người tài giỏi nên không ai ra mặt. Lúc bấy giờ con thứ của Trần Nghệ Tông là Trần Quỹ, trước được Nghệ Tông phong làm Giản Định Vương,

du commerce du sel. Le sel est utilisé pour être échangé contre des métaux précieux et pour contrôler la vie du peuple. En dehors des impôts, le peuple doit livrer des marchandises précieuses comme le poivre, des cornes de rhinocéros, des éléphants blancs, de la cannelle de qualité, des aromates, des cervidés blancs.

En 1415, la dynastie des Ming accorde une attention particulière au développement économique des zones montagneuses. Le produit de l'exploitation des gisements d'or, d'argent est scellé puis envoyé au Service Administratif.

GIẢN ĐỊNH ĐẾ ET LE PREMIER SOULEVEMENT CONTRE LES MING

Après avoir exterminé la dynastie des Hồ, Zhāng Fǔ placarde des affiches pour offrir des postes de mandarins à la parentèle des Trần. Ayant conscience des noirs desseins de la dynastie des Ming dont le seul but est d'exterminer des gens de valeur, personne n'a répondu à l'appel. A cette époque le fils puiné du roi Trần Nghệ Tông, Trần Quỹ, nommé prince Giản Định par son père, séjourne à Yên Mô (actuellement province de Ninh

sang thời Hồ Quý Ly trốn vào bến Yên Mô (nay thuộc tỉnh Ninh Bình). Tại đây, Trần Quỹ gặp Trần Triệu Cơ vốn đang sửa soạn nối dậy. Trần Triệu Cơ liền tôn Trần Quỹ làm minh chủ. Tháng 10 năm 1407, Trần Quỹ xưng là Giản Dịnh Đế nối nghiệp nhà Trần, đặt niên hiệu là Hưng Khánh, thường được gọi là Hậu Trần. Tuy nhiên, vì vừa mới nổi lên chưa kịp tổ chức và xây dựng căn cứ thì bị quân Minh đến đánh, nên Giản Định Đế thua to phải chạy vào Nghệ An.

Cùng lúc đó, tại miền Bắc, có nhiều cuộc khởi nghĩa nổ ra nhưng đều bị nhà Minh đàn áp. Các lãnh tụ của những lực lượng này chạy vào nam theo Giản Định khiến cho quân lực Giản Định mạnh thêm. Tháng 12 năm 1407, Giản Định sai những lãnh tụ mới theo mình như Phạm Chấn, Trần Nguyên Tôn, Trần Dương Đinh mang nghĩa binh ra vùng Bình Than, Đông Triều xây dựng căn cứ. Nhưng chưa làm xong bị quân Minh kéo đến. Nghĩa quân chống

Bình) où il s'est enfui à l'ère de Hồ Quý Ly. Il y rencontre Trần Triệu Cơ qui se prépare à se soulever. Immédiatement Trần Triệu Cơ l'élève au rang de chef de l'alliance. Au 10è mois de l'an 1407, Trần Quỹ se proclame empereur Giản Định, avec Hưng Khánh comme nom de regne. Son règne est habituellement appelé dynastie des Trần postérieurs. Cependant, à peine que l'insurrection commence à prendre forme, l'armée des Mings attaque. Giản Định n'ayant pas encore eu le temps de bien organiser et consolider ses bases doit subir une défaite importante et se retirer à Nghệ An. Pendant cette même période, plusieurs insurrections ont lieu dans le Nord mais elles sont toutes réprimées par les Ming. Les leaders de ces insurrections s'enfuient vers le Sud renforcer les troupes de Giản Định. Au 12è mois de l'an 1407, Giản Định envoie les nouveaux alliés comme Phạm Chấn, Trần Nguyên Tôn, Trần Dương Đinh établir des bases dans la région de Bình Than, Đông Triều. Alors que ces derniers n'ont pas encore achevé leur tâche ils sont attaqués par les Ming. Les insurgés incapables de faire front se retirent à Nghệ An. A Nghệ An,

cự không nổi lại phải chạy về lại Nghệ An. Tại đây, Giản Định được hai cựu thần nhà Hồ, được quân Minh lưu dụng, là Đặng Tất và Nguyễn Cảnh Chân theo về, giúp Giản Định đánh chiếm được toàn bộ từ Thanh Hóa tới Hóa Châu.

Quân nhà Minh đem tin ấy về báo cho Minh Thành Tổ, Thành Tổ sai Mộc Thạnh cùng với binh bộ thượng thư Lưu Tuấn, mang quân từ các tỉnh Yunnan, Szechuan và Guizhou để phối hợp với Lữ Nghị tại Đông Đô đàn áp quân khởi nghĩa. Mộc Thạnh và Lữ Nghị tiến quân vào đánh Giản Định. Hai bên giao chiến tại Bô Cô, Giản Định Đế tự cầm trống thúc quân khiến tướng sĩ ai nấy tăng thêm nhuệ khí hết sức chiến đấu phá tan được quân nhà Minh, chém được thượng thư Lưu Tuấn, đô ty Lữ Nghị, tham chính ty Bố chính Lưu Dục, đô chỉ huy sứ Liễu Tống cùng vô số quân Minh. Mộc Thạnh và một số tàn quân chạy thoát về thành Cổ Lộng. Trận thắng Bô Cô là chiến thắng lớn nhất, oanh liệt nhất của nghĩa binh, đuổi

deux anciens dignitaires des Hồ mais maintenus en service par les Mings, Đặng Tất et Nguyễn Cảnh Chân, se rallient à Giản Định et l'aident à prendre toute la région allant de Thanh Hóa à Hóa Châu.

Infomé des événements, le roi Ming Chengzu envoie Mù Shèng (Mộc Thạnh en vietnamien) et le ministre de la défense Liú Jùn (Lưu Tuấn en vietnamien) conduire les troupes de Yunnan, de Sìchuān (Tứ Xuyên en vietnamien) et de Guìzhōu (Quý Châu en vietnamien) pour se joindre aux troupes de Lǚ Yì (Lữ Nghị en vietnamien) à Dōngdū (Đông Đô en vietnamien) afin de réprimer les insurgés. Mù Shèng et Lǚ Yì attaquent Giản Định. La bataille a lieu à Bô Cô, le roi Giản Định bat le tambour lui-même pour encourager les troupes. Ainsi tous se sentent plein d'ardeur, redoublent d'efforts et mettent l'armée des Ming en pièces. Le Ministre Liú Jùn, le Commandeur militaire Lǚ Yì, le Commissaire d'Administration Liú Yù, le Commandeur militaire Liễu Tống ainsi qu'un grand nombre de soldats Ming sont tués sur le champ de bataille. Mù Shèng s'enfuit à la citadelle de Cổ Lộng avec le reste de son armée. La bataille de Bô Cô

giặc Minh ra khỏi bờ cõi.

Bấy giờ Giản Định Đế muốn thừa thắng đánh tràn ra để lấy lại Đông Quan (tức Đông Đô, Hà Nội). Nhưng Đặng Tất ngăn lại, muốn đợi để quân các lộ về hội đông đủ, rồi sẽ ra đánh. Từ đó vua tôi không được hòa thuận. Giản Định Đế lại nghe người nói dèm pha mà nghĩ rằng Đặng Tất không muốn đánh lấy Đông Quan vì có ý khác. Vì vậy Giản Định Đế bắt Đặng Tất và quan tham mưu là Nguyễn Cảnh Chân đem giết đi, làm mọi người chán nản, không có lòng phò nhà Vua nữa. Sau khi cha mình bị giết, con trai của hai tướng là Đặng Dung và Nguyễn Cảnh Dị bỏ đi, đem quân về Thanh Hóa đón Nhập Nội Thị Trung Trần Quý Khoáng lập làm vua tại Chi La, Nghệ An, tức là Trùng Quang Đế. Để tránh tình trạng phân tán lực lượng, Trùng Quang Đế sai tướng Nguyễn Súy mang quân đánh úp bắt Giản Định Đế về, tôn làm Thái thượng hoàng, cùng chung sức đánh giặc.

Được tin Mộc Thạnh thất

est la plus grande, la plus glorieuse victoire des insurgés pour chasser les Ming hors de nos frontières.

Alors, le roi Giản Định veut profiter de la victoire pour attaquer et reprendre Đông Quan (soit Đông Đô, Hà Nội). Mais Đặng Tất le retient et lui conseille d'attendre les troupes venant d'autres départements pour être au grand complet avant de livrer bataille. Dès lors, la mésentente s'installe entre les deux. Giản Định, intoxiqué par des paroles insidieuses, pense que Đặng Tất ne veut pas reprendre Đông Quan car il a d'autres idées en tête. C'est pourquoi il fait exécuter Đặng Tất et son conseiller Nguyễn Cảnh Chân, ce qui décourage tout le monde et plus personne ne veut servir le roi. Les fils des deux généraux, Đặng Dung et Nguyễn Cảnh Dị, quittent les rangs, conduisent leur armée à Thanh Hóa et proclament Trần Quý Khoáng roi à Chi La, Nghệ An, sous le nom de Trùng Quang Đế. Pour que les forces ne soient pas dispersées, Trùng Quang Đế envoie le général Nguyễn Súy attaquer Giản Định par surprise et le capturer. Il proclame ce dernier Roi-père pour faire l'unité contre l'ennemi. Ayant appris la défaite

trận, nhà Minh điều Trương Phụ mang 47.000 quân, cộng thêm với 7000 quân lấy từ các vệ ở vùng Hoa Bắc sang cứu viện. Tháng 12 năm 1409 Trương Phụ mang quân bắt được Giản Định Đế cùng với thái bào Trần Hy Cát áp giải về Nanjing giết đi.

Tháng 7 năm 1411, quân Minh giao chiến với quân Hậu Trần ở cửa sông Thần Đầu. Quân Hậu Trần có khoảng 400 chiến thuyền, nhưng không đọ lại được với hỏa lực quân Minh nên phải rút lui. Các tướng Đặng Tôn Đắc, Lê Đức Di, Nguyễn Trung và Nguyễn Hiên bị bắt, 120 chiến thuyền bị địch lấy mất. Thừa thắng, Trương Phụ tiến binh vào Diễn Châu, Nghệ An, Tân Bình và chia quân trấn giữ. Trùng Quang Đế và các tướng phải chạy về Hóa Châu.

Như vậy, từ thành Đông Quan quân Hậu Trần dần dần yếu thế phải lui binh về phía nam trước sự tham chiến của đạo quân viện binh hùng hậu và viên danh tướng Trương Phụ. Hóa Châu là mảnh đất cố thủ

de Mù Shèng, la dynastie des Ming ordonne à Zhāng Fǔ d'aller à sa rescousse avec une armée de 47.000 hommes plus 7.000 soldats des départements de la région de Huáběi (Hoa Bắc en vietnamien). Au 12è mois de l'an 1409, Zhāng Fǔ capture Trần Quỹ et le prince Trần Hy Cát, il les envoie à Nánjīng (Nam Kinh en vietnamien), puis les tue.

Au 7è mois de l'an 1411, l'armée des Ming engage la bataille contre les forces de la dynastie des Trần postérieurs à l'embouchure du fleuve Thần Đầu. L'armée des Trần postérieurs est forte de 400 navires mais, n'arrivant pas à rivaliser avec la puissance de feu de l'ennemi, elle bat en retraite. Les généraux Đặng Tôn Đắc, Lê Đức Di, Nguyễn Trung et Nguyễn Hiên sont capturés avec 120 navires. Profitant de sa victoire, Zhāng Fǔ entre dans les régions de Diễn Châu, Nghệ An, Tân Bình et répartit son armée pour les garder. Trùng Quang Đế et ses généraux sont obligés de se retirer à Hóa Châu.

Ainsi, l'armée de la dynastie des Trần, de plus en plus affaiblie, doit se retirer de la citadelle de Đông Quan et se diriger vers le Sud, suite à l'entrée en guerre de l'armée

cuối cùng của quân Hậu Trần.

Tháng 6 năm 1413 quân Trương Phụ vào đến Nghệ An, quan Thái phó nhà Hậu Trần là Phan Quí Hữu ra hàng nhưng sau mấy hôm thì chết. Trương Phụ phong cho con của Phan Quí Hữu là Phan Liêu làm tri phủ Nghệ An. Phan Liêu vì muốn lập công, nên đã khai cho Trương Phụ biết lực lượng Hậu Trần tình trạng quân số, chỉ huy và địa thế toàn vùng ra sao. Trương Phụ bèn hội chư tướng quyết ý đánh Hóa Châu. Mộc Thạnh can: *"Hóa Châu núi cao biển rộng khó lấy lắm"*. Trương Phụ nhất định đánh, nói rằng: *"Ta sống cũng ở đất Hóa Châu này, mà chết cũng ở đất Hóa Châu này. Hóa Châu mà không lấy được thì không mặt mũi nào về trông thấy chúa thượng!"*, rồi truyền cho quân thủy bộ tiến vào đánh Hóa Châu.

Tháng 9 năm 1413, quân Trương Phụ vào đến Hóa Châu, Nguyễn Súy và Đặng Dung nửa đêm đem quân đến đánh trại Trương Phụ.

de renfort puissante et du célèbre général Zhāng Fǔ. Hóa Châu est le dernier territoire que l'armée des Trần postérieurs tient fermement. Au 6è mois de l'an 1413, Zhāng Fǔ arrive à Nghệ An, Phan Quí Hữu, deuxième des trois premiers dignitaires de la Cour, se rend puis décède quelques jours après. Zhāng Fǔ nomme Phan Liêu, fils de Phan Quí Hữu, administrateur de la préfecture de Nghệ An. Phan Liêu, par excès de zèle, dévoile à Zhāng Fǔ l'effectif de l'armée des Trần postérieurs et la composition de son commandement ainsi que la conformation de toute la région. Zhāng Fǔ tient alors conseil avec ses officiers et décide d'attaquer Hóa Châu. Mù Shèng le retient avec ces mots : *"Hóa Châu est entouré de montagnes et mer, difficile à s'en emparer"*. Zhāng Fǔ résolu à l'attaque répond : *"Je vis sur cette terre de Hóa Châu, si je meurs ce sera à Hóa Châu. Si je n'arrive pas à prendre Hóa Châu, je ne peux regarder le roi en face"*. Il ordonne alors aux forces terrestres et navalesd'attaquer Hóa Châu. Au 9è mois de l'an 1413, l'armée de Zhāng Fǔ arrive à Hóa Châu. Nguyễn Súy et Đặng Dung attaquent le camp de Zhāng Fǔ en pleine nuit. Đặng Dung

Đặng Dung đã vào được thuyền của Trương Phụ, muốn bắt sống tướng giặc nhưng vì không biết mặt, cho nên Trương Phụ kịp nhảy xuống sông lấy thuyền nhỏ chạy thoát thân. Sau đó Trương Phụ đem binh đánh úp lại. Quân Đặng Dung cự không nổi phải bỏ chạy. Nguyễn Súy buộc phải trốn vào châu Nam Linh. Nguyễn Cảnh Dị bị Trương Phụ bắt giết. Trùng Quang Đế biết thế quá yếu không thể chống với quân Minh được nữa phải vào ẩn núp trong rừng núi.

Ít lâu sau vua tôi nhà Hậu Trần đều bị bắt và giải về Beijing. Giữa đường, các tướng cùng Trùng Quang Đế và Đặng Dung nhảy xuống biển tự vẫn.

Cuộc khởi nghĩa của nhà Hậu Trần và các cuộc khởi nghĩa khác tuy thất bại, nhưng là tấm gương hy sinh chiến đấu của những liệt sĩ trong phong trào kháng cự bất khuất của dân Đại Việt trước giặc phương Bắc.

est monté sur le navire de Zhāng Fǔ et cherche à capturer vivant le général ennemi. Mais comme il ne sait pas identifier Zhāng Fǔ, ce dernier a le temps de s'enfuir avec une petite embarcation. Ensuite, Zhāng Fǔ lance une contre-offensive par surprise. Les troupes de Đặng Dung n'arrivant pas à faire front s'enfuient. Nguyễn Súy est obligé de se cacher dans le district montagneux de Nam Linh. Nguyễn Cảnh est capturé et exécuté par Zhāng Fǔ. Trùng Quang Đế, conscient de sa faiblesse et de son incapacité à affronter l'armée des Ming, doit se cacher dans la forêt.

Peu de temps après, la Cour de la dynastie des Trần postérieurs est capturée et envoyée à Pékin (Bắc Kinh en vietnamien). Sur le chemin, Trùng Quang Đế et Đặng Dung se suicident en sautant dans la mer.

Bien que le soulèvement de la dynastie des Trần postérieurs ainsi que les autres insurrections échouent, ils sont un exemple du sens du sacrifice et de l'esprit combattif des héros du mouvement de résistance représentatif de l'insoumission du peuple de Đại Việt face à l'ennemi du Nord.

Mười năm kháng chiến của Lê Lợi đánh đuổi quân Minh giành lại độc lập

DIX ANS DE RÉSISTANCE DE LÊ LỢI POUR CHASSER LES MING ET RECOUVRER L'INDÉPENDANCE

Sau khi sát nhập được Đại Việt vào Nước Tàu năm 1408, nhà Minh mất 7 năm mới dẹp tan được các cuộc nổi dậy của dân Việt. Từ đó họ thẳng tay vơ vét sức người và tài nguyên của nước ta khiến dân tình vô cùng cực khổ, vì vậy tinh thần nổi dậy càng thêm nung nấu.

Lúc bấy giờ, Lê Lợi là một điền chủ lớn vùng Lam Sơn tỉnh Thanh Hóa. Tổ tiên ông đã tới khai khẩn vùng này từ

Après avoir annexé le Đại Việt à la Chine en 1408, la dynastie des Ming doit passer 7 années à réprimer les insurrections vietnamiennes. Dès lors, elle rafle sans retenue les ressources humaines et matérielles de notre pays, ce qui rend le peuple extrêmement malheureux et insatisfait ; l'esprit d'insurrection s'échauffe de jour en jour.

A cette époque, Lê Lợi est un grand propriétaire terrien dans la région de Lam Sơn, province de Thanh Hóa. Ses ancêtres défrichent cette région depuis plusieurs générations. A la génération

nhiều thế hệ. Đến đời Lê Lợi thì thế lực họ Lê trong vùng đã rất lớn, khiến cả quan lại nhà Minh cũng nghe tiếng và nhiều lần dụ dỗ ông ra làm quan, nhưng ông đã từ chối, và thường nói rằng: "Làm trai sinh ở trên đời, nên giúp nạn lớn, lập công to, chứ sao lại bo bo làm đầy tớ người".

Lê Lợi ẩn náu tại vùng Lam Sơn, chiêu mộ nghĩa binh và hào kiệt đương thời chuẩn bị ngày khởi nghĩa.

de Lê Lợi, l'influence de la famille Lê est considérable. Le pouvoir chinois ayant connaissance de sa réputation cherche plusieurs fois à l'embaucher comme mandarin, mais il a toujours refusé. Il dit à maintes reprises : "Etant homme sur terre, il faut se rendre utile face aux calamités, accomplir de grands travaux. Pourquoi s'obstiner à être domestique des autres ?". Lê Lợi vit retiré dans la région de Lam Sơn en recrutant des militants pour la juste cause et des personnes de valeur de l'époque pour préparer l'insurrection.

NHỮNG TRẬN CHIẾN ĐẦU TIÊN

Ngày 14/2/1418 Lê Lợi dựng cờ khởi nghĩa tại Lam Sơn, xưng là Bình Định Vương, truyền hịch đi các nơi kêu gọi dân chúng cùng nổi lên giết giặc cứu nước. Nhà Minh liền sai tướng Mã Kỳ đem quân lên đánh dẹp. Vì lực lượng nghĩa quân còn yếu, Lê Lợi phải bỏ Lam Sơn rút về Lạc Thủy. Bị truy kích tiếp, ông phải chạy về núi Chí Linh ẩn nấp, vợ con đều bị giặc bắt.

Sau hơn một năm khôi phục lại lực lượng, Lê Lợi kéo quân về Tây Đô tấn công

LES PREMIÈRES BATAILLES

Le 14 du 2è mois de l'an 1418, Lê Lợi se soulève à Lam Sơn, se proclame Bình Định Vương (littéralement Roi Pacificateur) et envoie partout un manifeste appelant le peuple à se soulever pour exterminer l'ennemi et sauver le pays. La dynastie des Ming envoie immédiatement le général Ma Ky pour le réprimer. Les forces insurgées étant encore faibles, Lê Lợi doit quitter Lam Sơn et se retirer à Lạc Thủy. Poursuivi, il est obligé de se réfugier sur la montagne de Chí Linh. Sa femme et ses enfants sont capturés par l'ennemi.

Plus d'un an plus tard, après avoir rétabli ses forces armées, Lê Lợi attaque

quân nhà Minh. Sau một chiến thắng nhỏ, bị viện binh của quân Minh phản công, nghĩa quân phải rút trở về Chí Linh và bị địch bao vây ngặt nghèo. Tình thế nguy kịch khiến tướng quân Lê Lai quyết định đóng giả làm Bình Định Vương dụ giặc để cho Lê Lợi trốn thoát. Nhờ Lê Lai hy sinh, Bình Định Vương mới thoát hiểm trở về căn cứ thuộc vùng thượng lưu sông Mã, xây dựng lại lực lượng tiếp tục công cuộc kháng chiến.

Trong thời gian 2 năm 1418-1420, rất nhiều cuộc khởi nghĩa kháng Minh khác đã diễn ra khắp nước khiến quân Minh lúng túng phân tán lực lượng. Bình Định Vương nhờ vậy có điều kiện củng cố thêm lực lượng. Đầu năm 1420 Bình Định Vương kéo quân về tấn công Tây Đô lần thứ hai. Trong chiến dịch này, nghĩa quân chú trọng vào việc tiêu diệt các cánh quân tiếp viện của địch, nên đã thắng nhiều trận phục kích lớn tại Thi Lang, Ủng Ải, phá vỡ các cánh quân của Lý Bân và Trần Trí. Mặt

les Ming à Tây Đô où il remporte une petite victoire. Mais il essuie la contre-attaque de l'armée venue en renfort des Ming et doit retourner à Chí Linh où les insurgés sont dangereusement encerclés. La situation devient tellement critique que le général Lê Lai décide de se travestir en Bình Định Vương pour tromper l'ennemi et aider ainsi Lê Lợi à se sauver. Grâce au sacrifice de Lê Lai, Bình Định Vương est sorti de danger, il retourne à sa base dans la région qui se trouve à l'amont du fleuve Mã et reconstitue ses forces armées pour continuer la guerre de résistance.

Pendant une période de deux ans allant de 1418 à 1420, de nombreux autres soulèvements contre les Ming ont lieu dans tout le pays, ce qui les déstabilise et les oblige à disperser leurs forces. Bình Định Vương profite de ces conditions favorables pour consolider ses forces armées. Au début de l'an 1420, Bình Định Vương attaque Tây Đô une deuxième fois. Durant cette campagne, l'accent est mis sur la destruction des renforts de l'ennemi et les insurgés remportent de nombreuses victoires lors de leurs embuscades de grande ampleur à Thi Lang et Ủng Ải en détruisant les troupes de Lǐ Bīn (Lý Bân en vietnamien) et Chén Zhì (Trần Trí en vietnamien). D'autre part, les

khác, các tướng Lê Sát và Lê Hào của nghĩa quân đã đánh chiếm được trại Quan Du, diệt được nhiều giặc và thu nhiều khí giới. Sau chiến thắng này, quân Minh ở Tây Đô và các đồn trại không dám ra giáp chiến mà chỉ cố thủ chờ viện binh.

Tuy nhiên, đến tháng 3 năm 1422, cánh quân Trần Trí nhờ đã dẹp tan các cuộc nổi dậy khác và còn tranh thủ được sự hợp tác của quân Lào, đã mở cuộc phản công lớn, đánh đuổi và vây hãm nghĩa quân tại Khôi Sách. Lê Lợi họp quân sĩ lại nói rằng: "Giặc vây ta bốn mặt, có muốn chạy cũng không có lối nào. Đây chính là tử địa mà binh pháp đã nói, đánh nhanh thì sống, không đánh nhanh thì chết".

Các tướng sĩ đều xúc động quyết liều chết chiến đấu. Nghĩa quân chém được tướng Minh là Phùng Quý và giết chết hơn một nghìn quân địch, Mã Kỳ và Trần Trí phải chạy về Đông Đô (Hà Nội ngày nay), quân Lào cũng bỏ trốn. Lê Lợi cho rút quân về phục tại Chí Linh dưỡng sức.

généraux insurgés Lê Sát et Lê Hào s'emparent du camp Quan Du, tuent de nombreux ennemis et capturent un nombre important d'armes. Après cette victoire, les troupes Ming établies à Tây Đô et dans d'autres bases n'osent plus livrer bataille, elles ne se contentent que de tenir leur camp en attendant du renfort. Cependant, au 3è mois de l'an 1422, les troupes de Chén Zhì, grâce à la répression de tous les autresmouvements de révolte et à la collaboration de l'armée laotienne, lancent une importante contre-attaque et encerclent les insurgés à Khôi Sách. Lê Lợi réunit ses troupes et leur dit : "L'ennemi nous encercle de toutes parts, même si nous voulons nous enfuir il n'y a pas de passage, cette terre est l'endroit où nous sommes exposés au danger de mort comme décrit dans les recueils d'art militaire, si nous combattons vite nous survivrons, sinon nous mourrons".

Tous les officiers et soldats sont émus et décident de lutter jusqu'à la mort. Les insurgés tuent le général Ming, Féng Guì (Phùng Quý en vietnamien), et plus d'un millier de soldats ennemis. Ma Ky et Chén Zhì (Trần Trí en vietnamien) doivent se retirer à Đông Đô (Hà Nội actuel), les troupes laotiennes s'enfuient également. Lê Lợi effectue une retraite à Chí Linh

Từ khi rút về Chí Linh, lương thực ngày một cạn kiệt, quân lính chỉ ăn rau cỏ, voi ngựa phải ngả thịt ăn gần hết, trong quân đã có người bỏ trốn. Lê Lợi thấy không thể tiếp tục cầm cự nên cho sứ giả mang thư đến dinh Mã Kỳ xin hòa, không tấn công lẫn nhau. Phía quân Minh thấy đánh tiếp cũng không lợi nên chấp thuận. Thời gian hai bên tạm giảng hòa kéo dài khoảng năm rưỡi. Trong thời gian này phía Mã Kỳ gửi tặng trâu bò, gạo muối và nhận vàng bạc đáp lễ từ phía Lê Lợi.

pour préserver ses forces. A partir de ce moment, les vivres s'amenuisent de jour en jour, les hommes de troupe n'ont plus que les légumes comme nourriture, les éléphants et les chevaux ayant presque tous servi de bêtes de boucherie. Certains quittent les rangs. Lê Lợi, conscient qu'il ne peut plus continuer à résister, envoie une ambassade au palais de Ma Ky pour demander l'arrêt des hostiliés. Les Ming acceptent pensant qu'ils n'ont pas non plus intérêt à poursuivre les hostilités. Cette paix provisoire dure à peu près un an et demi. Durant cette période, Ma Ky envoie du bétail, du riz et du sel aux insurgés et Lê Lợi rend la politesse en lui offrant des métaux précieux.

CHẤM DỨT HÒA HOÃN VỚI MINH TRIỀU, LÊ LỢI TIẾN QUÂN XUỐNG PHÍA NAM ĐẠI VIỆT

Nhằm biến tình trạng giảng hòa thành quy thuận, vào tháng 10 năm 1424 Minh triều phong cho Lê Lợi chức tri phủ Thanh Hóa nhưng bị ông từ chối. Quan hệ hoà hoãn chấm dứt, hai bên chuẩn bị tấn công nhau.

Theo kế sách của Nguyễn Chích, thay vì tiến ra phía

FIN DE LA DÉTENTE AVEC LA DYNASTIE DE MING, PROGRESSION MILITAIRE DE LÊ LỢI VERS LE SUD DE GIAO CHỈ

Dans le but de transformer la détente en soumission, au 10è mois de l'an 1424, la dynastie des Ming propose à Lê Lợi le titre de Gouverneur Provincial de Thanh Hóa, mais ce dernier refuse. La période de détente des relations s'achève, les deux partis se préparent à entrer en guerre.

Selon Nguyễn Chích, la stratégie qui convient à la situation est de

Bắc, nghĩa quân kéo về phía Nam chiếm cho được Nghệ An để mở rộng căn cứ địa. Nhà Minh cho Trần Trí đuổi theo tấn công. Quân Lê Lợi lợi dụng lúc trời tối phục kích đánh úp lực lượng của quân Minh, giặc đại bại trong trận này. Trần Trí phải lui quân vào thành Nghệ An cố thủ. Trong các trận giao tranh với quân Minh, Lê Lợi thường hay dùng mưu kế để chiến thắng quân thù. Tại ải Khả Lưu bên dòng sông Lam, nghĩa quân chọn một nơi tại thượng nguồn, ban ngày dựng cờ đánh trống, đêm đốt lửa như một nơi đóng quân quan trọng. Khi quân Minh kéo tới tấn công, vào lúc vượt qua nơi hiểm yếu, thì nghĩa quân đã mai phục sẵn trên đường đổ ra phục kích, quân địch bị thiệt hại nặng nề. Trong trận Bồ Ải thì ngược lại, nghĩa quân đốt doanh trại bỏ đi, sau tìm đường tắt quay lại núp trong vùng. Phía Trần Trí tưởng Bình Định Vương đã bỏ đi thật bèn tiến quân vào địa điểm doanh trại cũ của Vương, sau đó đuổi theo truy kích thì bị nghĩa quân

progresser vers le Sud pour s'emparer à tout prix de Nghệ An afin d'élargir sa base au lieu d'aller vers le Nord. La dynastie des Ming envoie Chén Zhì poursuivre les insurgés. Les troupes de Lê Lợi profitent de la nuit pour tendre une embuscade et attaquer les Ming par surprise ; l'ennemi est battu à plate couture. Chén Zhì doit se réfugier à la citadelle de Nghệ An pour s'y tenir fermement. Lors des batailles avec l'armée Ming, Lê Lợi utilise souvent des ruses pour vaincre l'ennemi. Dans le défilé de Khả Lưu, près du fleuve Lam, les insurgés choisissent un endroit à l'amont du fleuve pour y faire flotter des étendards pendant la journée et battent les tambours comme s'il s'agissait d'un important camp militaire. Quand l'armée des Ming arrive pour attaquer, lorsqu'elle passe par l'endroit stratégique, les insurgés, préalablement postés en embuscade, donnent l'assaut et l'ennemi subit de sévères pertes. Lors de la bataille de Bồ Ái, au contraire, les insurgés mettent le feu à leur garnison et la quittent. Ensuite, par des raccoucis, ils reviennent se cacher dans la région. Chén Zhì, croyant que les insurgés ont réellement abandonné leur garnison, y entre dans l'intention de les poursuivre ensuite. C'est alors

mai phục sẵn ở một nơi hiểm yếu tại Bồ Ải đổ ra tấn công. Trận này quân của Bình Định Vương thắng lớn, sách Lam Sơn Thực Lục mô tả là "quân Minh xác chết lấp sông, khí giới vất đầy cả khe núi".

Sau trận Bồ Ải, dân chúng phía Nam nức lòng theo Bình Định Vương. Đất Nghệ An đã thành hậu cứ của nghĩa quân Lê Lợi từ đó. Toàn bộ vùng Nghệ An, chỉ còn hai thành Nghệ An và Diễn Châu bị bao vây, cô lập. Dân chúng khắp nơi đổ ra chào đón, ngả trâu bò làm tiệc khoản đãi nghĩa quân, nói rằng: *"Không ngờ ngày nay lại thấy uy nghi nước cũ"*. Vương bèn xuống lệnh rằng:

"Dân ta lâu nay phải khổ sở vì chính trị hà ngược của giặc, cho nên hễ đi tới châu huyện nào cũng không được phạm đến mảy may của dân. Nếu không phải là trâu bò lúa gạo của giặc thì dẫu đói khổ cũng không được đụng chạm đến."

Trong khi đang vây thành Nghệ An, vào giữa năm 1425, Vương phái 2 cánh

qu'il est attaqué par les insurgés en embuscade dans un endroit stratégique à Bồ Ái. Les troupes de Bình Định Vương remportent une victoire éclatante. Le recueil Lam Sơn Thực Lục (littéralement Recueil des vérités de Lam Sơn) décrit : "les cadavres des soldats Minh obstruent le fleuve, les armes comblent les ravines des montagnes"

Après la bataille de Bồ Ài, la population prête allégeance à Bình Định Vương avec enthousiasme. Dès lors, Nghệ An devient la base arrière des insurgés de Lê Lợi. De toute la région de Nghệ An il ne reste aux Ming que deux citadelles, encerclées et isolées : Nghệ An et Diễn Châu. La population se précipite de partout pour accueillir les insurgés, elle tue du bétail pour organiser des réjouissances et proclame : *"Incroyable de revoir aujourd'hui la grandeur suprême de notre vieux pays"*. Le roi donne alors un ordre : *"Etant donné la politique cruelle de l'ennemi,notre peuple souffre depuis longtemps, par conséquent, vous n'êtes pas autorisés à porter atteinte à la moindre chose qui lui appartient. Si ce n'est pas du bétail ou du riz de l'ennemi, même affamés vous ne pouvez y toucher"*.

Pendant l'encerclement de la citadelle de Nghệ An, durant l'année

quân. Cánh thứ nhất do Đinh Lễ tiến ra Bắc đánh thành Diễn Châu. Sau khi đánh chiếm được 300 thuyền lương của quân Minh tại đây, nghĩa quân một phần tiếp tục ở lại bao vây thành, phần kia tiến ra vây thành Tây Đô. Một cánh quân thứ nhì do Trần Nguyên Hãn chỉ huy đã tiến về phía Nam, kết hợp với thủy quân của Lê Ngân tiến đánh chiếm hai thành Tân Bình và Thuận Hóa. Từ Thanh Hóa trở vào

1425, le roi envoie deux corps d'armée à la guerre. Le premier, commandé par Đinh Lễ, va vers le Nord et attaque la citadelle de Diễn Châu. Après y avoir capturé 300 embarcations de ravaitaillement, une partie des insurgés continue à encercler la citadelle, l'autre avance vers le Nord pour encercler la citadelle de Tây Đô. Le deuxième corps d'armée, commandé par Trần Nguyên Hãn, progresse vers le Sud, il s'allie avec les forces fluviales de Lê Ngân pour attaquer les citadelles de Tân Bình et Thuận Hóa. Sur le plan

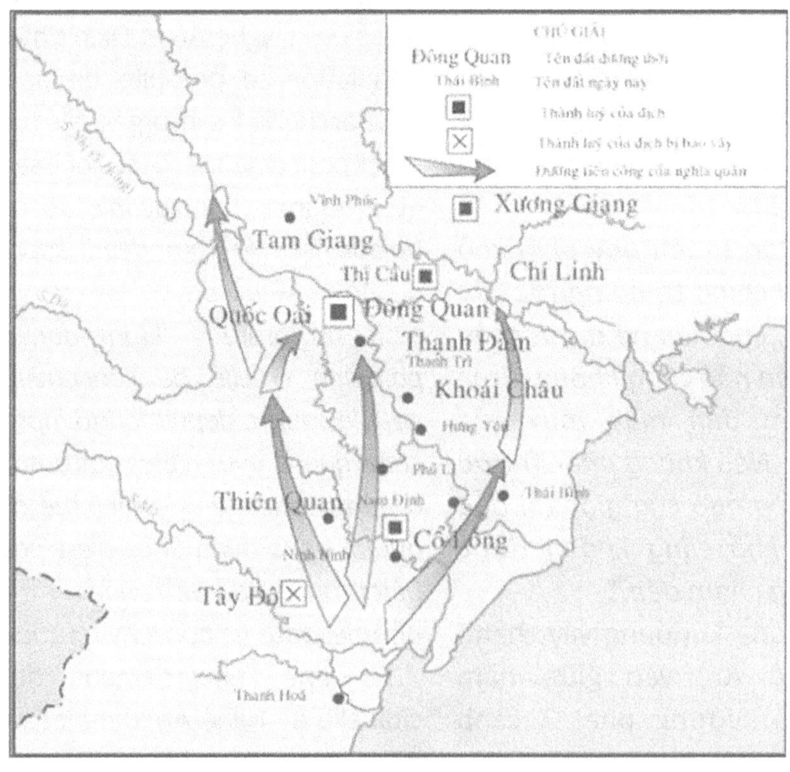

phía Nam hoàn toàn do Bình Định Vương kiểm soát, các quận huyện đều bị nghĩa quân chiếm, quân Minh bị bao vây trong các thành Tây Đô, Nghệ An và Diễn Châu.

TIẾN QUÂN RA BẮC

Sau khi làm chủ tình hình từ Thanh Hóa trở vào Nam, vào tháng 9 năm 1426 Bình Định Vương kéo quân ra Bắc theo ba đạo.

Đạo thứ nhất do các tướng Phạm Văn Xảo, Lý Triện chỉ huy tiến theo đường núi ra Ninh Bình rồi rẽ lên phía Tây Bắc ngả Quốc Oai, Tuyên Quang để chặn đường viện binh của quân Minh từ Vân Nam qua. Đạo thứ hai do Lưu Nhân Chú, Bùi Bị chỉ huy tiến đánh ra các xứ Khoái Châu, Bắc Giang, Lạng Giang để chặn viện binh từ Lưỡng Quảng tới. Đạo thứ ba gồm các tinh binh do Đinh Lễ và Nguyễn Xí chỉ huy đánh thẳng vào Đông Đô. Trong các trận tấn công này, nghĩa quân đã đạt được ba chiến thắng vẻ vang và quyết định tại Ninh Kiều, Tụy Động và

militaire, le rapport de force penche complètement du côté de Bình Định Vương ; tous les districts sont occupés par les insurgés, les Ming sont encerclés dans les citadelles de Tây Đô, Nghệ An et Diễn Châu.

PROGRESSION MILITAIRE VERS LE NORD

Après s'être rendu maître de la situation dans les régions partant de Thanh Hóa et allant vers le Sud, Bình Định Vương marche vers le Nord avec 3 corps d'armée au 9è mois de l'an 1426.

Le premier corps d'armée, commandé par les généraux Phạm Văn Xảo et Lý Triện, emprunte les passages montagneux vers Ninh Bình puis se dirige vers le Nord-Ouest via Quốc Oai et Tuyên Quang pour barrer le chemin aux troupes de renfort des Ming venant de Yúnnán. Le deuxième, commandé par Lưu Nhân Chú et Bùi Bị, progresse vers les territoires de Khoái Châu, Bắc Giang et Lạng Giang pour barrer la route aux troupes de renfort venant de Liǎngguǎng (Lưỡng Quảng en vietnamien). Le troisième corps d'armée, composé de troupes bien entrainées et commandé par Đinh Lễ et Nguyễn Xí, attaque directement Đông Đô. Lors de cette campagne, les insurgés remportent

Chi Lăng.

Trận Ninh Kiều, phá vỡ lực lượng quân Minh tại Đông Đô

Chiến thắng tại Ninh Kiều đã đạt được một cách bất ngờ. Cánh quân cúa Phạm Văn Xảo và Lý Triện có nhiệm vụ ngăn chặn viện binh Tàu từ Vân Nam sang, sau khi thắng trận tại Quốc Oai thì tiến đến gần Đông Đô. Tướng Minh là Trần Trí thấy nghĩa quân ít ỏi lại từ xa mới tới nên mang quân trong thành ra chặn đánh. Quân Lý Triện đầu tiên giả bộ bỏ chạy, tới Ninh Kiều thì quay ngược lại phản công... Một phần do bất ngờ mà chính yếu là nhờ ở thiện chiến và ý chí mạnh mẽ từ phía nghĩa quân, đại quân của Trần Trí đã bị số ít quân của Lý Triện đánh bại. Khi hay tin cánh quân của Đinh Lễ và Nguyễn Xí, có nhiệm vụ tấn công Đông Đô, chưa tới kịp, Lý Triện liền thẳng tiến vào Đông Đô. Trần Trí thua chạy vào cố thủ trong thành, quân Minh bị chém chết ngoài thành nhiều vô kể, lực lượng tấn công của quân Minh tại Đông Đô coi như bị tiêu diệt

trois victoires glorieuses et décisives à Ninh Kiều, Tụy Động et Chi Lăng.

Bataille de Ninh Kiều, défaite des forces armées Ming à Đông Đô.

La bataille de Ninh Kiều est un événement non planifié. Le corps d'armée de Phạm Văn Xảo và Lý Triện, dont la mission est de barrer la route à l'armée de renfort chinoise venant de Yúnnán, s'approche de Đông Đô après la victoire à Quốc Oai. Le général Ming, Chén Zhì, voyant que les insurgés sont peu nombreux et que par ailleurs ils viennent de loin, lance ses troupes de la citadelle pour livrer bataille. Dans un premier temps, les troupes de Lý Triện font semblant de fuir, et arrivées à Ninh Kiều elles font demi tour pour contre-attaquer... En partie grâce à l'effet de surprise mais surtout grâce à leurs qualités guerrières et à leur volonté, les troupes de Lý Triện, bien que peu nombreuses, défont la grande armée de Chén Zhì. Ayant appris que les troupes de Đinh Lễ et Nguyễn Xí, dont la mission est l'attaque de Đông Đô, ne sont pas encore arrivées, Lý Triện avance tout droit sur Đông Đô. Chén Zhì, vaincu, se retire dans la citadelle et s'y tient fermement. D'innombrables officiers et soldats Ming sont tués à l'extérieur de la citadelle et les forces offensives Ming casernées à Đông Đô sont considérées comme exterminées

trong trận Ninh Kiều này.

Trận Tụy Động, tiêu diệt viện binh của Vương Thông

Hay tin Trần Trí thua lớn tại Đông Đô, Minh triều cử thượng tướng Vương Thông mang đại quân sang quyết dẹp yên Giao Chỉ. Đạo quân của Vương Thông kéo qua tới Cổ Sở (thuộc Sơn Tây) hợp cùng các cánh quân của Trần Hiệp và Mã Kỳ đóng thành một trận tuyến dài nhiều dặm. Từ Ninh Kiều, tướng quân Lý Triện, Đỗ Bí đem quân và voi tới phục tại bến đò Cổ Lãm rồi nhử cho Mã Kỳ tấn công.

Trận đó quân Minh đại bại. Mã Kỳ chạy thoát về căn cứ Cổ Sở hợp với quân của Vương Thông tìm cách phản công. Phía Vương Thông tiên đoán thế nào nghĩa quân cũng đuổi theo nên phục binh sẵn. Khi Lý Triện tới nơi, voi trận bị dẫm lên chông sắc không sao tiến được, đồng thời bị phục binh địch đổ ra đánh, nghĩa quân bị thua chạy về Cao Bộ, cố gắng cầm cự và cấp báo để cánh quân của Đinh Liệt, Nguyễn Xí tới cứu. Trong khi chuyển

dans cette bataille de Ninh Kiều.

Bataille de Tụy Động, extermination des troupes de renfort de Wàng Tòng (Vương Thông en vietnamien).

Ayant appris la défaite de Chén Zhì, la dynastie des Ming, décidée à pacifier Giao Chỉ, envoie Wàng Tòng. La grande armée de Wàng Tòng arrive à Cổ Sở (région de Sơn Tây) pour se joindre à Chén Qià (Trần Hiệp en vietnamien) et Ma Ky, et former un front de plusieurs kilomètres de long. De Ninh Kiều, les généraux Lý Triện et Đỗ Bí conduisent leur armée avec des éléphants sur les berges de Cổ Lãm pour tendre une embuscade. Ils lancent un leurre pour provoquer l'attaque de Ma Ky. L'armée des Ming est totalement défaite dans cette bataille. Ma Ky a pu se sauver, il retourne à sa base à Cổ Sở et s'unit à Wàng Tòng pour contre attaquer. Wàng Tòng, prévoyant que les insurgés vont les poursuivre, tend une embuscade. Lorsque Lý Triện arrive sur les lieux, les éléphants ne peuvent pas avancer à cause des chausse-trappes métalliques et en même temps les ennemis attaquent par surprise. Il essuie alors une défaite, doit retourner à Cao Bộ, s'y tient

quân, viện binh của Đinh Liệt bắt được một quân trinh sát của Vương Thông nên biết được phía địch đã cử một cánh quân vòng ra phía sau quân của Lý Triện, hẹn cùng đại quân của Vương Thông sẽ nổ súng làm hiệu để trước sau cùng sáp lại tiêu diệt lực lượng của Lý Triện. Đinh Liệt, Nguyễn Xí liền mai phục tại Tụy Động, gần với Cao Bộ, rồi nửa đêm nổ súng để lừa quân của Vương Thông tràn tới.

Bấy giờ đúng lúc trời mưa, quân Minh vừa tới Tụy Động bị nghĩa quân bốn mặt đổ ra đánh. Cả thượng thư Trần Hiệp và Nội quan Lý Lượng đều bị chém chết tại trận, Vương Thông cùng tàn quân phải chạy vào thành Đông Đô cố thủ. Quân Minh một phần bị bắt sống, phần dẫm lên nhau mà chết hay ngã xuống sông chết đuối kể tới hàng vạn, khí giới nghĩa quân đoạt được rất nhiều.

Trận Tụy Động xảy ra vào tháng 10 năm 1426 là chiến công lừng lẫy nhất của Bình Định Vương Lê Lợi khi tiến quân ra Bắc.

fermement et demande du renfort à Đinh Liệt et Nguyễn Xí. Au cours de son déplacement, l'armée de renfort de Đinh Liệt capture un éclaireur de Wàng Tòng qui lui apprend que l'ennemi envoie des troupes à l'arrière-front de Lý Triện puis qu'il va tirer des coups de canon afin de donner le signal pour des attaques simultanées dans le but d'anéantir les forces de Lý Triện. Đinh Liệt et Nguyễn Xí tendent une embuscade à Tụy Động, près de Cao Bộ puis tirent des coups de canon en pleine nuit pour attirer l'armée de Wàng Tòng.

A ce moment, il pleut. L'armée des Ming, à peine arrivée à Tụy Động, est attaquée de tous les côtés par les insurgés. Le ministre Chén Qià ainsi que l'officier Ly Luong sont tués au front. Wàng Tòng et le reste de son armée retournent à la citadelle de Đông Đô pour s'y tenir fermement. Le nombre de soldats des Ming en partie capturés vivants, en partie piétinés par leurs propres frères d'arme ou noyés dans le fleuve, s'élève à plusieurs dizaines de milliers. D'innombrables armes sont capturées par les insurgés.

La victoire de Tụy Động qui a lieu au 10è mois de l'an 1426 est la plus célèbre de Bình Định Vương Lê Lợi lors de sa campagne vers le Nord.

Bao vây thành Đông Đô

Sau chiến thắng Tụy Động, vòng vây của nghĩa quân Lê Lợi khép chặt xung quanh Đông Đô. Vương Thông thấy không thể cự lại được bèn cho người liên lạc với Lê Lợi, đề nghị kiếm con cháu nhà Trần phong vương, trả lại nước rồi rút về Tàu. Lê Lợi chấp thuận đề nghị này, nên đã kiếm được hậu duệ của nhà Trần là Trần Cảo để Minh triều phong vương. Tuy nhiên Minh Triều không thực tâm nên ngấm ngầm tìm cách nuôi chiến tranh. Vì thế đầu năm 1427 Bình Định Vương mở trận tổng tấn công quân Minh tại Đông Đô, trong trận này phía nghĩa quân bị nhiều thiệt hại đáng kể. Hai tướng quân Lý Triện và Đinh Liệt bị giặc giết. Tướng quân Nguyễn Xí bị bắt nhưng may mắn sau đó trốn thoát.

Trận Chi Lăng, chấm dứt cuộc đô hộ của nhà Minh

Ngay khi thua trận Tụy Động, Vương Thông đã khẩn báo về Minh triều xin tiếp cứu. Minh đế thất kinh liền sai An Viễn Hầu Liễu

Encerclement de la citadelle de Đông Đô.

Après la victoire de Tụy Động, le siège des insurgés de Lê Lợi se referme sur Đông Đô. Wàng Tòng, conscient qu'il ne peut faire face, envoie des messagers proposer à Lê Lợi de chercher un des descendants de la dynastie des Trần pour en faire le roi. Il propose aussi de se retirer en Chine et de rendre son indépendance au pays. Lê Lợi accepte la proposition, cherche et trouve un descendant des Trần, Trần Cảo, pour que la dynastie des Ming le proclame roi. Cependant la dynastie des Ming n'est pas de bonne foi : elle prépare secrètement la guerre. C'est ainsi qu'au début de l'an 1427, Bình Định Vương lance l'attaque contre les Ming à Đông Đô. Dans cette bataille les insurgés subissent des pertes considérables. Les deux généraux Lý Triện et Đinh Liệt sont tués. Le général Nguyễn Xí est capturé mais heureusement il peut s'évader.

Bataille de Chi Lăng, fin de la domination par les Ming.

Immédiatement après la défaite de Tụy Động, Wàng Tòng demande d'urgence du renfort à la dynastie des Ming. Le roi des Ming, épouvanté, envoie le marquis Liŭ

Thăng và nhiều danh tướng khác thống lĩnh 100,000 quân đi đường Quảng Tây (Guangxi) sang chinh phạt Giao Chỉ. Lại sai Đại Tướng quân Mộc Thạnh đem quân từ Thành Đô, Tứ Xuyên tiến sang qua ngả Vân Nam trợ lực cho cánh quân của Liễu Thăng. Tháng 10 năm 1427 quân của Liễu Thăng tiến tới biên giới. Được tin viện binh của địch sắp sang, các tướng sĩ khuyên Bình Định Vương hãy đánh gấp hạ thành Đông Đô để tuyệt đường nội ứng, nhưng Vương không nghe, nói rằng: "Việc đánh thành là hạ sách, nay ta cứ dưỡng uy sức nhuệ, đợi quân địch tới thì ra đánh. Viện quân mà thua thì quân trong thành phải ra hàng. Thế có phải làm một việc mà thành hai không?". Sau đó Vương ra lệnh cho dân chúng các vùng Lạng Giang, Bắc Giang, Tuyên Quang phải lánh đi nơi khác để tránh giao tranh, sai các tướng lĩnh tới trấn các ải xung yếu ở biên giới phía Bắc

Khi Liễu Thăng tới ải Phả

Shēng (LiễuThăng en vietnamien) ainsi que de nombreux généraux renommés et 100.000 soldats mener une expédition punitive contre Giao Chỉ. Il demande de nouveau au grand général Mù Shèng (Mộc Thạnh en vietnamien) de conduire son armée de Chéng Dū (Thành Đô en vietnamien), province de Sìchuān (Tứ Xuyên en vietnamien) en passant par Yúnnán pour prêter main forte aux troupes de Liǔ Shēng. Au 10è mois de l'an 1427, Liǔ Shēng arrive à la frontière. Apprenant que l'ennemi est proche, les généraux conseillent à Bình Định Vương de se dépêcher de s'emparer de la citadelle Đông Đô pour écarter le risque de se faire attaquer de l'intérieur. Mais le roi ne les écoute pas et dit :"Attaquer la citadelle est une mauvaise stratégie, maintenant nous devons nous reposer et prendre des forces. Attendons que l'ennemi arrive pour l'attaquer. Quand l'armée de renfort sera battue, la citadelle sera obligée de se rendre. N'est-ce pas faire d'une pierre deux coups ?" Ensuite, le roi ordonne à la population des régions Lạng Giang, Bắc Giang et Tuyên Quang de se réfugier ailleurs pour se protéger de la guerre, puis il envoie ses troupesgarder les défilés stratégiques au Nord.

Lũy, nghĩa quân không chống cự mà rút về Ái Lựu, sau đó lại rút tiếp về Chi Lăng. Tại Chi Lăng nghĩa quân đã bố trí phục binh chờ sẵn. Liễu Thăng thấy tiến quân vào không gặp trở ngại gì, trở nên kiêu căng khinh xuất. Tướng Trần Lựu mang quân ra kháng cự rồi giả thua chạy, Liễu Thăng dốc quân đuổi theo. Càng tiến sâu, địa thế trở nên hiểm trở. Khi Liễu Thăng xua quân tới núi Mã Yên thì phục binh của nghĩa quân Trần Lựu bắt đầu phản công. Quân Liễu Thăng kẹt vào vùng đất lầy lội không tiến, không lùi được. Liễu Thăng bị tử trận cùng toàn bộ đội kỵ binh tiên phong. Năm hôm sau quân tiếp ứng của Lê Lý, Lê Văn An tiến tới, hiệp lực cùng toán phục binh tràn tới tấn công quân Minh, giết được phó tổng binh Lương Minh. Hai hôm sau thượng thư Lý Khánh bị vây hãm phải tự tử. Quân Minh vội chạy về thành Xương Giang nhưng nơi đây đã bị nghĩa quân đánh hạ mười

Quand Liǔ Shēng arrive au défilé de Phả Lũy, les insurgés n'engagent pas le combat mais se retirent à Ái Lựu, puis plus tard à Chi Lăng où ils disposent des hommes en embuscade en attendant l'ennemi. Liǔ Shēng, voyant que sa progression se fait sans encombre, devient présomptueux et imprudent. Le général Trần Lựu engage le combat puis simule la défaite. Liǔ Shēng pousse son armée à sa poursuite. Plus il pénètre profondément, plus le terrain est accidenté. Quand l'armée de Liǔ Shēng arrive à la montagne de Mã Yên les insurgés en embuscade commencent leur contre-offensive. Les troupes de Liǔ Shēng, coincées dans un terrain marécageux, ne peuvent ni avancer ni reculer. Liǔ Shēng est tué avec toute sa cavalerie d'avant-garde. Cinq jours plus tard, les renforts de Lê Lý et Lê Văn An arrivent, ils s'unissent aux troupes en embuscade pour attaquer les Ming et tuent le général Liáng Mính (Lương Minh en vietnamien). Deux jours plus tard, le ministre Lí Qìng est encerclé et se suicide. L'armée des Ming s'empressede revenir à la citadelle de Xương Giang, mais doit installer son camp dans les champs car la citadelle a été prise par les insurgés dix jours plus tôt. Alors, d'une part elle demande du renfort de Đông Đô et

hôm trước, nên phải đóng quân ngoài ruộng. Tại đây một mặt chúng liên lạc xin quân từ Đông Đô và Tây Đô ra tiếp cứu, mặt khác giả bộ xin giảng hòa để chờ cơ hội. Bình Định Vương biết ý gian của địch nên cự tuyệt, một mặt bố trí chặn đường tiếp viện, mặt khác tăng cường lực lượng quân phá giặc.

Ngày 3/11/1427 đạo quân thiết kỵ của các tướng Phạm Vấn, Lê Khôi, Nguyễn Xí đột nhập vào trại giặc, giết chết năm vạn quân Minh, bắt sống Thôi Tụ, Hoàng Phúc và ba vạn quân.

Mộc Thạnh bên cánh quân Vân Nam đang giao tranh cùng nghĩa quân tại ải Lê Hoa, nghe tin cánh quân của Liễu Thăng hoàn toàn bị tiêu diệt, sợ hãi vội rút về Tàu.

Thấy viện binh bị đánh tan, Vương Thông thế cùng lực kiệt phải sai người sang dinh của Bình Định Vương xin giảng hòa một lần nữa và tình nguyện rút quân

Tây Đô, d'autre part elle fait semblant de demander l'arrêt des hostilités en attendant l'occasion de pouvoir livrer de nouvelles batailles. Bình Định, conscient des noirs desseins de l'ennemi, refuse absolument puis, d'une part, il prend des dispositions pour barrer la route au renfort et d'autre part, il renforce ses troupes pour combattre l'ennemi.

Le 3 du 11è mois de l'an 1427, le régiment de cuirassiers des généraux Phạm Vấn, Lê Khôi et Nguyễn Xí fait irruption dans le camp de l'ennemi, tue 50.000 hommes et capture vivants Cuī Jù (Thôi Tụ en vietnamien), Huáng Fú (Hoàng Phúc en vietnamien) ainsi que 30.000 soldats.

Mù Shèng et son armée venant de Yúnnán sont en train de combattre les insurgés au défilé de Lê Hoa quand ils apprennent que les troupes de Liǔ Shēng sont totalement anéanties. Ils prennent peur et se retirent en Chine.

Voyant que les renforts sont mis en pièces, Wàng Tòng, à bout de force et se trouvant dans une impasse, envoie des messagers pour demander encore une fois la paix à Bình Định Vương et proposer de se retirer dans son pays de son plein

về nước. Ngày 22/12/1427 Vương Thông cùng các bộ tướng và toàn bộ quân chiếm đóng rút về Tàu, trao thành trì lại cho nghĩa quân. Cuộc chiến với nhà Minh đã kết thúc, Bình Định Vương sai Nguyễn Trãi làm bài Bình Ngô Đại Cáo để thông báo cho mọi người biết. Đây là một trong những áng văn chương có giá trị nhất trong văn học Việt Nam và còn được lưu truyền cho tới ngày nay.

gré. Le 22 du 12è mois de l'an 1427, Wàng Tòng, ses officiers et toute l'armée d'occupation retournent en Chine et remettent les citadelles aux insurgés. La guerre avec la dynastie des Ming s'achève. Bình Định Vương ordonne à Nguyễn Trãi de rédiger la proclamation Bình Ngô Đại Cáo (littéralement Proclamation Royale au sujet de la répression des Chinois pour rétablir la paix) pour informer toute la population. Cette proclamation est une œuvre littéraire de valeur de la littérature vietnamienne qui a toujours été préservée jusqu'à ce jour.

Tạm kết tập I Việt sử Đại cương

FIN PROVISOIRE DU TOME I DE L'APERÇU DE L'HISTOIRE DU VIETNAM

Tập I Việt sử Đại cương gồm 24 bài (15 bài trong tập song ngữ) viết theo dòng thời gian của lịch sử. Trong mỗi bài chúng tôi thường nhắc lại những sự kiện quan trọng trước đó dẫn đến sự xuất hiện nhân tố mới, mục đích của cách viết này là để giúp độc giả có thể nắm vững bối cảnh lịch sử khi đọc từng bài riêng rẽ.

Lịch sử Việt Nam là những gì đã thật sự xảy ra trong quá khứ, không chỉ gồm những trang hùng sử chói lọi mà còn có cả những đêm

Le tome I de l'Aperçu de l'Histoire du Vietnam se compose de 24 (15 dans la version bilingue) chapitres décrivant l'histoire du pays dans l'ordre chronologique.

Dans chacun des chapitres, nous rappelons régulièrement les événements importants qui ont précédé l'émergence de nouveaux éléments, dans le but d'aider les lecteurs à comprendre le contexte historique lors de la lecture des chapitres pris individuellement.

L'histoire du Vietnam est une vérité qui s'est réellementdéroulée dans le passé.Elle est constituéenon seulement de pages héroïques et

dài đen tối do ngoại bang thống trị hay những tranh chấp giữa các vương triều hoặc ngay chính trong nội bộ một triều đình hay dòng họ cầm quyền.

Chép lại lịch sử, chúng tôi không làm công việc phán xét công tội của các triều đại hay các nhân vật trong quá khứ. Nhưng lịch sử dân tộc cho chúng ta rút ra một điều rằng: Trong mọi thời đại bất cứ khi nào giới lãnh đạo quốc gia biết chăm lo, yêu thương người dân thì xã hội yên bình, thịnh trị; bất cứ khi họ nào trông cậy vào ngoại bang để bảo vệ ngôi vị cai trị thì sớm muộn đều dẫn tới thất bại, tiêu vong.

Sau cùng, lịch sử cũng cho thấy mọi thành tựu trong quá khứ đều phải do nỗ lực kiên trì mới đạt được, không lúc nào kết quả tốt đẹp tới được do may mắn ngẫu nhiên hay bằng sự thụ động chờ đợi.

Hoàng Cơ Định
Tháng 2018

glorieuses de ce passé, mais aussi de longues nuits sombres troublées par la domination étrangère ou par les querelles intestines entre dynasties, voiremême à l'intérieur d'une Cour ou d'une famille au pouvoir.

En retraçant l'histoire, nous ne faisons pas le travail de juger les mérites ou les erreurs des dynasties ou des personnages du passé. Mais l'histoire populaire nous permet de tirer une leçon : quelle que soit l'époque, tant que les dirigeants de l'Etat prennent soin du peuple et l'aiment, la société est paisible et prospère ; chaque fois qu'ils comptent sur les puissances étrangères pour préserver leur position de gouvernants, ils sont menés tôt ou tard à la défaite, à leur propre destruction.

Finalement, l'histoire montre aussi que toutes les réussites dans le passé sont obtenues grâce à des efforts persévérants, à aucun moment de bons résultats ne sont acquis par hasard ou après une attente passive.

Hoàng Cơ Định
Tháng 2018

www.ingramcontent.com/pod-product-compliance
Lightning Source LLC
Chambersburg PA
CBHW051823090426
42736CB00011B/1626

* 9 7 8 0 6 9 2 1 5 4 0 7 6 *